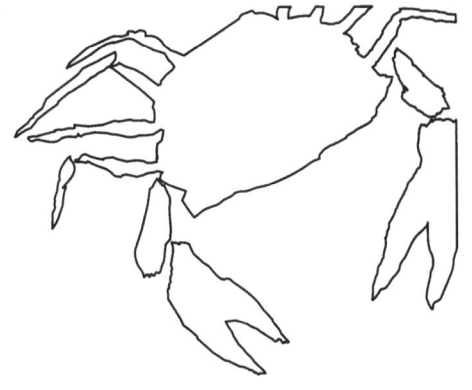

खेकडा

रत्नाकर
मतकरी

AA000297

मेहता पब्लिशिंग हाऊस

KHEKADA by RATNAKAR MATKARI

खेकडा : रत्नाकर मतकरी / गूढ कथासंग्रह

Email : author@mehtapublishinghouse.com

© सौ. प्रतिभा मतकरी

प्रकाशक : सुनील अनिल मेहता, मेहता पब्लिशिंग हाऊस,
१९४१ सदाशिव पेठ, माडीवाले कॉलनी, पुणे – ४११०३०.
© ०२०-२४४७६९२४
Email : production@mehtapublishinghouse.com
Website : www.mehtapublishinghouse.com

प्रकाशनकाल : २५ डिसेंबर, १९७० / १२ जुलै, १९८१ /
फेब्रुवारी, २००५ / डिसेंबर, २००५ / जानेवारी, २००७/
मे, २००८ / सप्टेंबर, २००९ / जून, २०११ /
जुलै, २०१२ / ऑक्टोबर, २०१३ / ऑगस्ट, २०१५
जुलै, २०१७ / पुनर्मुद्रण : जुलै, २०१९

मुखपृष्ठ : चंद्रमोहन कुलकर्णी

P Book ISBN 9788177665505
E Book ISBN 9788184988215
E Books available on : play.google.com/store/books
www.amazon.in/b?node=1551389203

कै. श्री. अनंत अंतरकर

यांच्या पवित्र स्मृतीस
त्यांच्या सतत उत्तेजनावाचून
या गूढकथा लिहिल्या गेल्या नसत्या.

– रत्नाकर मतकरी

अनुक्रमणिका

खेकडा / १
कुणास्तव कुणीतरी / ११
अंतराय / २४
कळकीचे बाळ / ३८
पावसातला पाहुणा / ४९
शाळेचा रस्ता / ६१
ती, मी आणि तो / ६९
निमाची निमा / ७७
एक विलक्षण आरसा / ८९
आल्बम / ९८
तुमची गोष्ट / १०८

ह्या संग्रहातील सर्व कथा प्रथम 'हंस' मासिकातून प्रकाशित झालेल्या आहेत. त्यांचा प्रकाशनकाल पुढीलप्रमाणे :

१९६५:   खेकडा, आल्बम
१९६६:   तुमची गोष्ट; शाळेचा रस्ता; अंतराय; कळकीचे बाळ; एक विलक्षण आरसा.
१९६७:   ती, मी आणि तो; निमाची निमा
१९६८:   कुणास्तव कुणीतरी
१९६९:   पावसातला पाहुणा.

खेकडा

समुद्रकिनारा. ती दोघे. ती हातात एक चिमुकला रंगीत रेशमी रुमाल खेळवीत बसलेली. तो बारीकबारीक दगड मारीत बसला आहे काळ्याकाळ्या दगडातून हळूच डोके बाहेर काढणाऱ्या खेकड्यांवर. काही वेळा नेम चुकतो; खेकड्यांऐवजी दगडावरच आदळतो. पण खेकडे घाबरल्याशिवाय राहत नाहीत. डोकी आत घेतात. बाहेर आलेले खेकडे सैरावैरा पळतात.

खेकडा!... पाठीवरचे विद्रूप ओझे सांभाळीत धावणारा... आकड्यांसारखे पाय पुढेमागे हलवीत... कुरूप... किळसवाणा खेकडा... ती आपल्या मुलीला 'खेकडा' म्हणते, ते एका अर्थी बरोबरच आहे. पोलिओमुळे कायमचे व्यंग आलेली मुलगी... काटक्यांसारखे बारीक हातपाय... पाठीवरचे कुबड... घरभर फिरणारा खेकडा...

तो त्वेषाने खेकड्यांवर दगड मारीतच राहतो. तिला मात्र हा चाळा सहन होत नाही. खेकड्यांवर भूतदया? छे! तिला अशी सहजासहजी कुणाची दया येत नाही. पण तिला भीती वाटते भीती! तिला फार भीती वाटते. खेकडे खडकावर चालताना पाहूनच तिला कसेसेच होते. त्यातून त्याचा दगड लागला की ते धावत सुटतात तेव्हा... नेम नाही, ते दिशा बदलून... खेकडा दगडाआडून डोके बाहेर काढू लागला की तिच्या अंगावर शहारे येतात. भीती आणि किळस. किळस...

किळस आणि भीती... किळस. भीती आणि जबाबदारी... जबाबदारी? नाहीतर काय? असली पांगळी, विद्रूप पोर कोण गळ्यात बांधून घेणार जन्मभर?... आपण काढलेला उपायच बरोबर आहे. खेकडा ठेचलाच पाहिजे! ... ठेचलाच पाहिजे!...

तो खेकड्यांना दगड मारीत राहतो; पण ती काही त्याला थांबवीत नाही.

तशी ती फार भित्री आहे. कुठल्याही प्राण्याची तिला अशीच भीती वाटते. खेकडा तरी मोठा. पण साध्या झुरळालासुद्धा ती काही कमी घाबरत नाही आणि एखादवेळी पाल अंगावर पडली तर ती रडून-ओरडून घर डोक्यावर घेते. घामाने तिचे अंग डबडबते. मग रात्री तिला वाईट, वेडीवाकडी स्वप्ने पडतात. लाल रंगाच्या आकृतींची. वठलेल्या झाडांची. अनेक अनामिक गोष्टींची तिला उगाच भीती वाटते. दुपारी पिवळ्याधमक उन्हातून रस्ता ओलांडण्याची. न बोलता एकटक बघत रस्त्यात बसलेल्या भिकाऱ्याची. केसांतून उशीवर पडलेल्या, बारक्या प्राण्यासारख्या दिसणाऱ्या वाळक्या पानाची.

डॉक्टरांनी सांगितले आहे की तिचे हृदय पुरेसे मजबूत नाही.

तिला घाम फार येतो. तो पुसण्यासाठी ती सतत छोटेछोटे रंगीत रेशमी रुमाल हातात बाळगते. तशी ती फार नाजूक आहे. एखाद्या प्लॅस्टिकच्या बाहुलीसारखी नाजूक. कधीकधी हे बाहुलीपण फारच जाणवते. विशेषत: रंगविलेल्या पापण्या कृत्रिमपणे थरथरत ठेवताना; आणि सफाईदार इंग्रजी बोलण्यासाठी रक्तासारख्या लाल रंगीत ओठांच्या आकर्षक हालचाली करताना. पण त्याला हे आवडते. किंबहुना त्याची बायको तशी नव्हती, म्हणून तर त्याला तिचा संताप यायचा. तशी काही ती दिसायला वाईट नव्हती; पण चारचौघांत उठून दिसण्यासाठी कसे राहावे, कसे वागावे, याची तिला फारशी कल्पना नव्हती. चारचौघांत जायला ती फार उत्सुक नसायचीच. बोलण्यातसुद्धा मागेमागे. मुलीच्या जन्मानंतर तर तिचा बांधा अगदीच सैल झाला. वरचेवर तिला कसलेकसले आजारसुद्धा व्हायला लागले. सारखे तिचे सांधे धरायचे आणि अंग दुखायचे. तिच्या या अशा त्रासापायी सारखे त्याच्या हौसेवर पाणी पडायचे. त्याने कधी कुठे जावे, कुणाला बोलवावे, नाटक-सिनेमाची तिकिटे काढावीत आणि त्याच्या बायकोने हिरमोड करावा, असे नेहमी व्हायचे. अखेरीस त्याच्या बायकोची ही सगळी दुखणी विकोपाला गेली आणि त्यातच ती वारली. त्याला दु:ख झाले नाही. उलट सुटल्यासारखे वाटले.

पण बायको जरी मेली तरी घरातला आजार संपला नाही तो नाहीच; कारण मुलीला आधीच पोलिओ झाला होता. तिची तब्येत जेमतेमच असायची. तिला माँटेसरीत घातली होती; पण ती काही शिकेलबिकेल अशी अपेक्षा नव्हती. आपले काड्यांसारखे हातपाय, चिकट डोळे, उदास मुद्रा आणि पाठीवरचे कुबड घेऊन ती घरभर फिरत राहायची. त्याला ते बघवतसुद्धा नसे. एखाद्या बेढब प्राण्याकडे बघावे तसे तो तिच्याकडे एका विचित्र कुतूहलाने, दयेने, घृणेने आणि शोकाने पाहत राही. बायको मेल्या-नंतरसुद्धा त्याला या मुलीच्या पायी असे खोड्यात पडल्यासारखे झाले होते.

तसा तो मोठा स्वच्छंदी जीव होता. मोकळ्या हवेत फिरावे, खेळावे, पोहायला जावे, एखाद्या सुंदर मुलीला छातीशी धरावे, अशा सगळ्या आवडीनिवडी त्याला होत्या. पण प्रत्यक्षात मात्र त्याला आपल्या दुबळ्या मुलीला सांभाळीत घरी बसावे लागे.

यातून सुटका व्हायची ती, ती घरी येई तेव्हा – त्याची प्रेयसी. ती दोघे घरात क्वचितच बसत; कारण– मुलगी– तो 'खेकडा!' घर समुद्रकिनाऱ्यावरच होते. ती दोघे वाळूत नाहीतर दगडात जाऊन बसायची.

मुलीकडे बघायला खालच्याच बिऱ्हाडातला एक मुलगा यायचा. तो दररोज तिच्याशी खेळायचा. कधीकधी रात्री जेवण झाल्यावरसुद्धा यायचा. मग ती दोघे

मिळून तिच्या वडिलांकडून गोष्ट उकळीत. या मुलाचा या रोगट, अशक्त मुलीवर भारीच लोभ होता. तसे म्हटले तर तिला धावता येत नसे की खेळता येत नसे. परंतु तरीही तो मुलगा कसा कोण जाणे, तासन्तास तिच्याबरोबर वेळ घालवी– तिच्यासाठी ठोकळे रचीत, तिला चित्रे दाखवीत, गोष्ट सांगत, गाणी म्हणत. त्याला त्या दुर्बळ, रोगट जिवाची विलक्षण माया होती.

'मला तो 'खेकडा' मुळीच आवडला नाही. केव्हाच!' ती रुमाल बोटाभोवती गुंडाळीत म्हणते.

'ते मला माहीत आहे. म्हणून तर शेवटी मी हा निर्णय घ्यायला तयार झालो. नाहीतर इतके दिवस धीरच होत नव्हता.' तो आपला खेकड्यांना खडे मारण्याचा उद्योग पुढे चालू ठेवीत म्हणतो.

ती हसते. वेडावून जाऊन तो तिच्या अधिक जवळ सरकतो. म्हणतो,

'तुझ्या हट्टीपणाची मात्र कमाल आहे!'

'माझ्या हट्टाला कारण आहे अन् तुम्हालाही ते पटलं आहे.'

तो नुसतीच मान डोलावतो.

'लुळीपांगळी मुलगी गळ्यात बांधून घ्यायच्या तयारीनं का मी तुमच्याशी लग्न करू? माझी आयुष्याची कल्पना फार वेगळी आहे. आयुष्य कसं सुंदर, मोकळं, स्वच्छंद हवं.' वर बोट दाखवीत ती म्हणते, 'त्या पक्ष्यासारखं.'

पांढरा शुभ्र पक्षी. संथपणे समुद्रावरून उडणारा. तो खाली खडकावर उतरतो आणि ओरडतो. अत्यंत कर्कशपणे.

'पण ती गेल्यानंतर तरी तू करशील ना लग्न?'

'अर्थातच. म्हणून तर माझी इतकी घाई. त्या खेकड्याला –'

'खेकडा!' – त्या उल्लेखाने त्याला हसू येते.

'खेकडा!' किती सहज बोलते ही! ...पूर्वी आपल्याला ओशाळल्या-सारखे व्हायचे... जसा काही तिला पोलिओ झाला ही आपली चूक! ... पूर्वी रागसुद्धा यायचा... आता गंमत वाटते... गंमत?... ही गंमत नाही... भयंकर! ... काहीतरी भयंकर! ... गोळ्या, गोळ्या...

त्याचे हसू मावळते.

'जमणार आहे ना सारं नीट?'

'तू काही काळजी करू नकोस. मी आज रात्रीच... पूर्वीच्या गोळ्या आहेतच घरात. तिच्यासाठी आणल्या होत्या.' असे उघड बोलल्यानंतर त्याच्या अंगावर बारीकसा शहारा येतो. ती मात्र प्रसन्न हसते.

ही इतकी भित्री, मग या बाबतीत तिला कशी नाही भीती वाटत? म्हणा ती भित्री असली तरी व्यवहाराच्या बाबतीत कठोर होऊ शकते... कितीदा तरी असा

अनुभव आलाय. तसे म्हटले तर मी त्या मुलीचा बापच आहे. मग मी नाही का झालो कठोर?– सुखासाठी. स्वत:च्या सुखासाठी. हा स्वार्थ आहे; पण तो रोगी जीव तरी जगात असा काय मोठासा सुखी होणार आहे? एका परीने अशा निरुपयोगी आयुष्याचा शेवट हा परोपकारच आहे... खेकडा कुठली! खेकड्याला ठेचण्यात कसला आलाय कठोरपणा? – तरी भीती वाटावी. हिला कशी नाही वाटत भीती? दिसते तर नाजूक; पण हा नाजूकपणा शरीराचा. मनाने ती माझ्याहून खंबीर आहे... मला अशाच खंबीर बायकोची गरज होती. पहिली अगदीच लेचीपेची. शब्दाबाहेर न जाणारी. पण ही फार नाजूक... सारखा दम लागतो. धाप लागते... घाम येतो... मे बी हार्ट-ट्रबल. आपल्या घरात एकसारखा आजार येतो कुठून? पण नाजूकपणा हा काही आजार नाही... शिवाय तिची टॉनिकंबिनिकं चालूच आहेत...

'कसला एवढा विचार चालला आहे?'

ती ओठ मुरडून विचारते आणि त्याची समाधी तुटते. 'एवढं जर जड वाटतंय तर –'

'नाही गं ! त्याचा नव्हतो मी विचार करीत.' तो कसेबसे हसतो.

ती खळखळून हसते. तो दचकतो. विचारतो, 'का गं? काय झालं?'

'तुम्ही म्हणताय्, हे मला जमेल म्हणून; पण माझी अगदी खात्री आहे की, आयत्या वेळी तुम्ही कच खाल. उद्या मी येईन तेव्हा नक्कीच तुमचा तो खेकडा पुन्हा बिछान्यात दिसेल.'

'बघशीलच तू!' तो म्हणतो आणि उठतो.

त्याच्या चाहुलीनं खेकडे खडकांत धूम पळतात.

ओहोटीची वेळ आहे. किनारा शांत शांत. एखादा पक्षी हाका मारल्याप्रमाणे ओरडत डोक्यावरून फडफडत जातो.

रात्र पडू लागली आहे...

तो घरी येतो तेव्हा त्याची मुलगी वाट पाहून कंटाळून झोपेला आलेली असते. तो विचारतो, 'काय गं? एकटीच? तुझा दोस्त नाही आला वाटतं?'

'तो आज ट्रिपला गेलाय.'

त्याला नकळत हायसे वाटते.

तो भराभर जेवून घेतो. मुलीलाही भरवितो. आज तिला भरविताना आपल्याला खूप वाईट वाटेल, असे त्याला वाटले होते; पण प्रत्यक्षात तसे काही होत नाही. उलट उद्यापासून हा त्रास चुकेल असे वाटते; आणि मग लग्नात बायकोला घास भरवतात त्याची अंधुक आठवण होऊन तो स्वत:शीच हसतो. तो हसतो तशी ती मुलगीही हसते. त्याच्या कपाळावर आठ्या पडतात.

ती दोघे जेवून उठतात. तो तिचे हात धुतो. नॅपकिन शोधताना ती वेंधळेपणा करते. नॅपकिन तिला कधीच वेळेवर सापडत नाही आणि त्याबद्दल नेहमी ती बोलणी खाते. तोच मग तिला नॅपकिन शोधून देतो. आजही देतो आणि एकाएकी त्याच्या गळ्यात आवंढा येतो. आज तो तिला काही बोलत नाही. ती मंदपणे नॅपकिनने ओठांच्या कडा पुशीत राहते.

बिवेअर! तू हळवेपणा करशील! निश्चय तसाच राहून जाईल. ती हसेल. संध्याकाळी म्हणाली होती, 'आयत्या वेळी कच खाल.' ती – सुंदर नाजूक, बाहुलीसारखी... लग्न... सुखी आयुष्य... मोकळे आयुष्य... एकदा हा खेकडा मरून गेला की... असं दचकायचं नाही... नुसत्या गोळ्या दिल्या की... 'उद्या मी येईन तेव्हा नक्कीच तुमचा तो खेकडा पुन्हा बिछान्यात...' पाहूच पुन्हा कसा दिसतो ते! नाहीच दिसायचा! मी स्वत:च्या हातांनी... स्वत:च्या हातांनी...

तो गाद्या घालतो आणि मुलीला झोपवतो. पांघरूण घालून गोळ्यांची बाटली आणायला जातो. बाहेरच्या खोलीत येताच त्याच्या पायांतली शक्ती संपल्यासारखी होते. तो क्षणभर तिथेच स्टुलावर टेकतो. त्याचे कान तापतात आणि डोक्यात घणाचे घाव पडू लागतात. मिनिटभराने तो उठतो आणि ड्रॉवरमधून गोळ्यांची बाटली काढतो. एक गोळी काढतो... दोन काढतो... तिला कायमची शांत झोप लागायला किती गोळ्या लागतील याची त्याला नीट कल्पनाच येत नाही. मग तो सगळ्याच गोळ्या काढून घेतो आणि मधल्या खोलीत पाऊल टाकतो.

मुलीचे अंथरूण रिकामे आहे.

तो गोंधळतो. डोक्यात घणाचे घाव...

तसाच तो स्वयंपाकघरात येतो. तिथे एका कोनाड्यात गणपतीची तसबीर असते.

मुलगी गणपतीच्या चित्रापुढे हात जोडून उभी आहे.

तो मूळचा तसा नास्तिकच. मुलीला पोलिओ झाला तेव्हा बायकोनेच ती गणपतीची तसबीर आणवली होती. मुलीचे प्राण वाचावेत म्हणून ती येताजाता त्या तसबिरीपुढे हात जोडायची. कधीकधी त्यालाही हात जोडायला लावायची. नंतर तिनेच त्या मुलीला रोज रात्री झोपण्यापूर्वी देवाला हात जोडण्याची सवय लावली होती. याही बाबतीत त्याला मुलीची चीड यायची. तिला कधी वेळेवर आठवण व्हायची नाही; आणि नीट पांघरूण घालून झोपवले की ती सगळे पांघरूण विस्कटून उठायची आणि वेड्यावाकड्या पायांनी खुरडत जाऊन स्वैंपाकघर गाठायची. आपले काड्यांसारखे हात देवापुढे जोडून आईने शिकविल्याप्रमाणे म्हणायची – 'मला बरं वाटू दे... बरं वाटू दे.'

पण आज तो तिला काही बोलत नाही. ग्लासात पाणी ओतून घेतो आणि तिला म्हणतो – 'चल.'

तिला अंथरुणात बसवून तो एकेक गोळी देऊ लागतो. ती यांत्रिकपणे, एका असहाय विश्वासाने गोळ्या घेऊ लागते.

– आणि याच वेळी बाहेरचा दरवाजा ठोठावला जातो.

तो विलक्षण दचकतो. पण मग निर्धास्तपणे आपले काम करू लागतो; कारण त्या ठोठावण्यावरून कोण आले आहे, हे त्याच्या लक्षात आलेले असते – खालच्या बिऱ्हाडातला मुलगा! मोठे माणूस असते तर त्याने दारावरची घंटी वाजवली असती. पण या मुलाचे हात घंटीपर्यंत पोहोचत नाहीत. म्हणून तो नेहमी दरवाजा ठोठावतो.

दार ठोठावल्याचा आवाज ऐकून मुलगी सावध होते; पण त्याने जरबेने 'औषध घे नीट' असे म्हणताच ती मुकाट्याने गोळ्या घेऊ लागते. शिवाय तिला थोडे गुंगल्यासारखेही वाटू लागले आहे. दार ठोठावणे चालूच आहे. तो तिकडे दुर्लक्ष करण्याचा प्रयत्न करतो; पण त्याच्या डोक्यात घणाचे घाव बसू लागतात.

या वेळी कुणी यायला नको!... कुणी यायला नको!... हे एकदा नीट पार पडले म्हणजे झाले!... गुंगी चढायला लागली आहे; पण हा दरवाजा... हा दरवाजा... आत्ताच यायचं त्या मुलाचं काय अडलंय?...

दरवाजावरचे धक्के एकाएकी थांबतात. – त्याला हायसे वाटते.

मुलगा दार ठोठावणे थांबवतो; पण निघून जात नाही.

आज दार उघडत का नाहीत? कुलूप तर दिसत नाही. परत जाऊ या का? पण मग सगळी गंमत... ट्रिपहून आणलेली फुलं, दगड... ठोठावलं पाहिजे दार!...

तो पुन्हा दरवाजा ठोठावू लागतो.

दार ठोठावलं पाहिजे!... कदाचित झोपली असतील दोघे... पण ती तर चटकन उठून बसते. मग काय झालं असावं? काय झालं?... आज सबंध दिवसात भेटली नाही...काय-काय गमती सांगायच्या आहेत तिला! पण दार उघडत नाहीये... उद्या येऊया का?... पण ही फुलं उद्यापर्यंत वाळून जातील.

अखेरीस दार उघडते.

मुलगा सरळ आत जाऊ लागतो.

तिचे वडील त्याला थांबवतात. आज ते काहीसे विचित्र वाटतात. थोडे रुक्ष आणि थोडे दमलेले. कधी नव्हे ती आज त्याला त्यांची भीती वाटते. ते अगदी परके-परके वाटतात.

त्याला धरून ठेवून तो म्हणतो, 'काय रे! काय आहे?'

'ती कुठं आहे? ' मुलगा विचारतो, 'आत? मी जाऊ?'

'नको.' तो म्हणतो, 'ती झोपली आहे.' त्याच्या डोक्यातले घणाचे घाव आता वाढले आहेत.

नको! आता कुणीच यायला नको. ती झोपली आहे. तिला कुणी उठवायला नको. झोपू दे तिला अशीच. शांत... गाढ... नाहीतरी जागेपणी काय सुख आहे तिला? आता कुणी तिच्यापाशी जायला नको. आत्ता - कदाचित आत्ता उठवली तर उठेलसुद्धा; आणि मग कसंतरी करायला लागेल. मुलगा ओरडेल. कुणाला तरी घेऊन येईल. सगळ्यांना संशय येईल. काहीतरी उलटंपालटं होईल. सगळी बोटं दाखवतील. त्यापेक्षा सकाळी – ती झोपेतच गेली, असं सगळ्यांना वाटेल. मित्र डॉक्टर आहे. तो सर्टिफिकेट देईल. सगळं संपून जाईल. मग आपण मोकळे. दोनच तर बिऱ्हाडं आहेत या आडवाटेला. आपलं आणि खालचं; पण आता सांभाळायला हवं. हा मुलगा... हा मुलगा...

एव्हाना मुलगा ओढ घेऊन आत जाऊ लागला आहे.

'थांब!' आवाज केवढ्याने घुमतो. 'ती झोपली आहे म्हटलं ना?'

मुलगा हिरमुसला होऊन परत जाऊ लागतो. दाराशी पोहोचतो.

चालला! बरं झालं! अरे पण... नेहमी कधी तो लगेच परत जात नाही. ती इतक्या लवकर झोपलेली नसते. थोडा वेळ तरी खेळूनबोलून, एखादी गोष्ट उकळून मगच तो जातो. आज इतक्या लवकर घरी गेला तर घरच्यांना विचित्र वाटेल. तो ती झोपल्याचं सांगेल. तिच्या वडिलांनी घाईघाईनं घालवून दिल्याचं सांगेल; आणि मग सकाळी... सकाळी... आज सारं काही रोजच्यासारखं व्हायला हवं. काहीही विचित्र, खटकण्याजोगं घडणं टाळलं पाहिजे. कसंही करून त्याला थांबवलंच पाहिजे. काहीही करून...

'थांब!' तो घाम टिपतो. 'तू ट्रिपला गेला होतास ना? मग मला सांग की तिथल्या गमती!' त्याला थोडे बरे वाटते. डोक्यातले घावसुद्धा कमी होतात.

मुलाचाही चेहरा उजळतो. तो आत येऊन बसतो. आपण आणलेल्या वस्तू दाखवितो. काचा, दगड, फुले... 'हे द्याल का हो तिला?'

'हो, सकाळी देईन.' असे म्हणून तो त्या वस्तू टेबलावर ठेवून देतो.

गप्पांना विषयही सुचत नाही. एवढा गुडघ्याएवढ्या त्या पोराबरोबर गप्पा तरी काय मारणार?

मुलगा यातून मार्ग काढतो. 'मला गोष्ट सांगता?' तो विचारतो.

खरे तर त्याला विश्रांतीची फार गरज आहे. त्याचेही डोके काम देत नाही. त्याला गोष्टबिष्ट काही आठवत नाही. पण गोष्टीत निदान बऱ्यापैकी वेळ जाईल, म्हणून तो गोष्ट सांगू लागतो...

'एक होता राजा... आणि एक होती राणी.'

'त्यांना होती एक राजकन्या.' मुलगा उत्साहाने पुढे सांगतो.

तो स्मित करतो. 'हो त्यांना एक राजकन्या – पुढं काय झालं, राणी मरून गेली.'

'हो; आणि राजानं दुसरं लग्न केलं.' मुलाला अशा तऱ्हेच्या असंख्य गोष्टी पाठ येतात.

'हो.' तो सांगतो, 'राजानं दुसरं लग्न केलं.' त्याच्या थकलेल्या मेंदूत खरेच नवीन काही येत नाही.

मग तो मुलगाच त्याला मदत करतो. 'मग त्या सावत्र आईनं राजकन्येचा छळ करायला सुरुवात केली. – होय ना?'

'होय होय!' तो विलक्षण गळलेल्या सुरात तीच वाक्ये परत म्हणतो, 'मग त्या सावत्र आईनं त्या राजकन्येचा छळ करायला...' जवळची एक उशी घेऊन त्यावर डोके टेकीत तो बोलतो. त्याचे डोळे मिटू लागतात. 'त्या सावत्र आईनं राजकन्येवर जादू केली आणि तिचं काय केलं, आहे का ठाऊक?'

काय केलं बरं?... काय सांगावं?... झोप... अंधार... आज संध्याकाळी... तिचा नाजूक देह... लाललाल ओठ... भीती... खडकावरचे खेकडे... खेकडे...

'काय केलं सांगू? खेकडा – खेकडा केला! सावत्र आईनं मुलीचा खेकडा केला!'

मुलगा लक्षपूर्वक ऐकू लागतो. ही गोष्ट नवीन दिसते. अजूनपर्यंत कुठल्याही गोष्टीत सावत्र आईने मुलीचा खेकडा केलेला नसतो.

तो बरळत राहतो – अर्धवट जागेपणी – अर्धवट गुंगीत – प्रचंड मानसिक ताण पडल्यामुळे आलेल्या ग्लानीत – डोक्यात पडणाऱ्या टोल्यांच्या तालावर. 'सावत्र आईनं त्या राजकन्येचा खेकडा केला आणि ती राजाला तिच्या बिछान्याशी घेऊन गेली. म्हणाली, 'बिछान्यात बघा एक खेकडा बसला आहे. तो आपल्याला चावेल. त्याला मारून टाका!... मारून टाका!' राणीनं असं सांगितल्यावर बिचारा राजा काय करणार? त्यानं आपल्या त्या खेकडा झालेल्या मुलीला स्वत:च्या हातानं... स्वत:च्या हातानं...'

मुलगा खुर्चीतून उठतो. त्याच्या मैत्रिणीचे वडील गोष्ट सांगतासांगताच झोपी गेले आहेत. त्याला विचित्र वाटते.

अरेच्या! हे तर झोपले. गोष्ट सांगताना मोठी माणसे कधी अशी झोपतात का? आणि गोष्ट तरी किती विचित्र! म्हणे खेकडा झालेल्या राजकन्येला राजानं...

मुलगा पाय न वाजवता उठतो, टेबलावरची फुले उचलतो आणि मधल्या खोलीच्या दाराशी जातो. हळूच आत पाऊल टाकतो. त्याची मैत्रीण शांतपणे झोपलेली त्याला दिसते. हातातली फुले तो तिच्याजवळ ठेवतो. एकाएकी त्याच्या घशाशी आवंढा येतो.

कशी झोपलीय! अं... अं... किती विचित्र! चित्रातल्यासारखी... विषारी फळ खाल्लेल्या स्नोव्हाइटच्या... आज झालंय तरी काय हिला?...किती विचित्र

गोष्ट!... असं काय होतंय आज?... मी रडणार नाही! मी मुलगा आहे. मी रडणार नाही!...

आपण कसल्या तरी प्रचंड वजनाखाली गुदमरून जातोय, असे त्याला वाटते. झोपेत त्या मुलीचे पांघरूण दूर झालेले असते. तिचे काड्यांसारखे बारीक हातपाय त्याला दिसतात. तो ते पांघरूण उचलून तिच्या अंगावर नीट पसरतो. अगदी चांगले गळ्यापर्यंत. पुन्हा पाय न वाजवताच तो तिकडून निघतो. दाराशी क्षणभर रेंगाळतो. पुन्हा मागे पाहतो.

आणि एकाएकी त्याला एका गोष्टीची अगदी तीव्रतेने आठवण येते :

यांच्या इथं दररोज संध्याकाळी एक बाई येते. नाजूक, ओठ रंगविणारी – रक्तासारखे लाल. बोलते कशी लाडंलाडं! एक दिवस म्हणत होती – 'बिछान्यात पडली की ही मुलगी खेकड्यासारखी दिसते.' तिला 'खेकडा' म्हणाली! 'खेकडा!' आणि पुढं बडबडली काहीतरी इंग्रजीत. ही तरी बावळटच आहे. मी सांगितलं तर म्हणाली, 'त्यात काय? कधीकधी बाबासुद्धा मला खेकडा म्हणतात.' खेकडा! – खेकडा काय? – किती विचित्र गोष्ट!...

अरेच्या!

तो चुटकी वाजवतो. त्याचे डोळे विस्फारतात. जीव अधिकच गलबलून जातो...

दुसऱ्या दिवशी सकाळी सगळा कार्यक्रम व्हायचा असतो तसा होतो. दुपारी तो मुलीला अग्नी देऊन परत येतो. डोक्यावरचे एक ओझे दूर झाल्यासारखे होते.

संध्याकाळ पडायच्या आतच तो बाहेर पडतो. तिला बाहेर काढतो. ती दोघे भरपूर गप्पा मारतात. एका आडबाजूच्या हॉटेलमध्ये जाऊन ती आइस्क्रीमसुद्धा खातात.

ओ:! व्हॉट अ रिलीफ! – तिच्या मनात येते. ती प्रेतासारखी मुलगी जिवंत असती तर छळत राहिली असती. ई ऽ ऽ! काड्यांसारखे हातपाय... तिनं गळ्यात घातले असते... पुन:पुन्हा समोर आली असती... कुशीतसुद्धा... शी:! बिछान्यात खेकड्यासारखी!...

ती दोघे उशिरा त्याच्या घरी येतात. खालच्या बिऱ्हाडाकडे ठेवलेली चावी तो मागून घेतो. दरवाजा उघडतो. परत लावून घेतो.

तो हलकेच तिचे चुंबन घेतो. म्हणतो, 'पाहिलंस? तू म्हणाली होतीस, तुम्हांला धीर होणार नाही. उद्यासुद्धा तुमच्या बिछान्यात तो खेकडा दिसल्याशिवाय राहायचा नाही. जा – बघ तूच आत जाऊन!'

तो कपडे उतरवू लागतो. ती मोकळ्या मनाने आत जाते.

आणि एकाएकी तिची, रक्त गोठवणारी किंकाळी त्याला ऐकू येते. तो आत धावत जातो. ती जमिनीवर पडलेली आहे. तो तिला उठविण्यासाठी जवळ जातो. पण त्याचा काही उपयोग होत नाही. तिचा देह निष्प्राण झाला आहे. डोळे भयाने तारवटलेले. अजूनही बिछान्याच्या दिशेने रोखलेले.

– आणि बिछान्यात एक मोठा खेकडा – नांग्या विस्फारीत बसलेला. किंकर्तव्यमूढ होऊन तो मागे वळतो. खोलीच्या प्रत्येक सांदी-कोपऱ्यातून एकेक गलेलठ्ठ खेकडा बाहेर पडत आहे – आपल्या नांग्या परजीत.

तिची किंकाळी ऐकण्यासाठी जणू काही तो मुलगा कंपाउंडमध्ये थांबला आहे. ती ऐकू येताच तो पळत सुटतो. हातात चोळामोळा करून गच्च धरलेली रिकामी पिशवी सावरीत, वाट फुटेल त्या दिशेने तो पळत सुटतो.

इतका वेळ अडवून धरलेले त्याचे अश्रूही आता मोकळे होतात.

■

कुणास्तव कुणीतरी

दादाचे बोट धरून शामू मुकाट्याने चालत होता. शामूच्या चिमुकल्या गोऱ्या हाताने दादाचे निबर, कुळकुळीत काळे, जाडजूड बोट गच्च धरून ठेवले होते. एका तालात ते दोन्ही हात झुलत होते.

दादाच्या गतीने चालताना शामूची तारांबळ उडत होती. तशी त्याला दादाबरोबर चालण्याची नेहमीची सवय होती; पण तरीदेखील चालता-चालता तो पाऊल दोन पाऊल मागे पडे; किंवा त्या रस्त्यावरच्या गर्दीतल्या कुणाचा तरी धक्का लागून मध्येच झिडपिडे. दादाचे शामूकडे मुळीच लक्ष नव्हते; पण शामू मागे राहिला की त्याच्या हाताला हिसका बसायचा. तोंडातल्या तोंडात एक शिवी हासडून तो शामूला खेचायचा. शामूही मग अपराधीपणे पळू लागायचा.

दादा आपल्याला कुठे घेऊन जात असेल याची शामूला नक्की कल्पना नव्हती. ती असण्याची गरजही नव्हती. दादा नेऊन बसवील, तिथे तो जाऊन बसणार होता. रोजच्यासारखा समोर फडका ठेवणार होता आणि 'साऽब!' म्हणून येणाऱ्या-जाणाऱ्यापुढे हात पसरणार होता. हातावर आणि फडक्यावर जे काही गोळा होईल, ते संध्याकाळी दादाच्या हवाली करणार होता.

गेल्या कैक महिन्यांचा त्याचा हा रोजचाच क्रम होता. त्याचा आणि त्याच्याबरोबर दादाने सांभाळलेल्या सगळ्याच मुलांचा. जमवलेल्या पैशांतल्या एका पैलाही हात लावण्याचा त्यांना धीर होत नसे. कशी कुणास ठाऊक, पण तसे केल्यास दादाला ते कळल्याशिवाय राहणार नाही, अशी त्या पोरांची भावना होती आणि कळल्यानंतर तो आपली चामडी लोळवील, याचीही खात्री होती. हात किंवा कान पिळण्यासाठी दादाने हात जरी उचलला, तरी ती पोरे चळचळा कापू लागत. दादाच्या रामपुरीचा तर त्या साऱ्या झोपडपट्टीला दरारा होता.

त्या पोरांना दादाशिवाय दुसरे कुणीच नव्हते. दादाच त्यांचे सारे काही करीत असे. सारे काही म्हणजे, त्यांनी भीक मागून आणलेले पैसे जमा करीत असे, त्या बदल्यात त्यांना दोन वेळा कडकडीत पाव आणि तांबडालाल रस्सा देत असे, त्यांना झोपायला अंथरूण देऊन ते फूटपाथवर पसरायची परवानगीदेखील देत असे. (झोपडीत तो स्वत: झोपायचा आणि बहुतेक वेळा तो एकटा नसायचाच.) पण त्या पोरांना एवढे पुरेसे होते. कुणी त्यांची आगळीक केली की

दादा त्याला चाकू दाखवायचा. त्यामुळे पोरे दादाच्या जिवावर निर्धास्त होती.

इतर मुलांना आईबाप असतात, हे त्या पोरांना पाहून पाहून माहीत झाले होते. स्वत:चे आईबाप मात्र त्यांच्यापैकी कुणालाच आठवत नव्हते. दादाने त्या साऱ्यांना कुठून जमा केले होते कुणास ठाऊक; पण समजायला लागल्यापासून त्यांच्यापैकी प्रत्येकाला इतर पोरे आणि दादा एवढेच कुटुंब दिसले होते. 'दादाचा धाक' एवढी एकच भावना प्रत्येकाच्या अनुभवाला आली होती. एकदा एका पोराने कुणाचे तरी ऐकून येऊन दादाला 'तू माझा बाप का?' असे सहजपणे विचारले होते. उत्तरादाखल त्याला, डोळ्यांसमोर चांदण्या दिसतील अशी, एक सणसणीत मुस्काटात मिळाली होती आणि आईवरून एक शिवी ऐकायला मिळाली होती. त्यानंतर कुणालाच असले काही विचारायचे धाडस झाले नव्हते.

दादाबद्दल शामूच्या मनात आणखी एक चमत्कारिक भीती होती. पोरांपैकी एकदोघेजण लंगडे होते. एक आंधळा होता. दादानेच त्यांचे असे केले, असे लोक म्हणत. आपले असे काही होईल, याचे शामूला विलक्षण भय वाटे. दादा तसे कधीकधी बोलूनही दाखवीत असे. आपल्या गोरेगोमटेपणाची शामूला चीड येई. त्याच्याबद्दल दादा नेहमी म्हणायचा, 'साला, रुबाब तो देखो इसका! दिखता है जैसा एकदम मलबार हिलवाला! कोन भीख देगा इसको? एक दिन इसका हाथ या पाँव तोडना ही पडेगा । फिर दिखेगा बराबर!' यावर सगळे मोठमोठ्याने हसायचे. घाबरलेल्या शामूला जवळ ओढून दादा म्हणायचा,'हां! छोकरी होती तो बात अलग थी!'

आज दादा आपल्याला कुठे नेऊन बसवणार आहे, याचा शामूला अंदाज नव्हता; पण गेले दोन-चार दिवस आपण जिथे बसत होतो तिथे त्याने बसवू नये, एवढीच त्याची अपेक्षा होती. तिथे दुपारी चार-पाच काळीकुट्ट मुले येत आणि थाळ्या वाजवीत सगळ्यांकडे भीक मागत. येणाऱ्याजाणाऱ्या प्रत्येकाच्या मागेपुढे ती असे काही चमत्कारिक हातवारे करीत नाचत की त्या भुतांना घाबरून किंवा शरमिंदे होऊनच लोक त्यांना पैसे टाकीत. या युक्तीने त्यांचे भरपूर पैसे जमत आणि ती संध्याकाळी लवकर चालू लागत. शामू तिथे बसताच त्यांनी त्याचा छळ करायला सुरुवात केली. आपल्या जागेत नव्या पोराने येऊन भीक मागायला बसणे त्यांना मुळीच पसंत नव्हते. त्यातून त्याचा गोंडस मुखडा आणि गोरा रंग पाहून तर त्यांनी त्याची टिंगलच आरंभली. आपले खडूसारखे दात विचकून ती त्यांच्या भाषेत कचाकचा बोलू लागली, हसू लागली. त्यांच्या बोलण्यातले एक अक्षरही शामूला समजले नाही; पण ती आपली टिंगल करताहेत एवढे कळणे कठीण नव्हते. नुसते बोलूनच भागले नाही. एकजण त्याच्यावर थुंकला आणि तरीसुद्धा जेव्हा का शामू जागचा हलेना, तेव्हा दुसऱ्याने आपल्या चड्डीची बटणे सोडून सरळ त्याला भिजवून टाकले.

पण शामू रडला नाही. तो रडला तर त्यांनी त्याची अधिकच टिंगल केली असती. शिवाय शामू कधीच रडत नसे. भिकाऱ्याच्या मुलांनी रडायचे नसते, एवढे त्याला समजत होते. तो रडला नाही. तो रडला नाही, जागचा हललादेखील नाही. हलण्याची त्याची शहामतच नव्हती. दादा कुठल्याही क्षणी येत असे. पोर बसवल्या जागी दिसले नाही की भरलीच त्या पोराची शंभर वर्षे! रात्री तापलेल्या सळीचे डागदेखील मिळायचे. म्हणून शामूने फक्त भिजलेला चेहरा सदऱ्याने टिपला आणि तो तसाच बसून राहिला.

परंतु त्याच्या त्या चिकाटीचा काही उपयोग झाला नव्हता. त्या पोरांनी त्याला आपल्यात घेतले नव्हते की त्याची भीकही चांगलीशी जमलेली नव्हती. दादाने त्याला खडसावताच त्याने त्या काळ्या पोरांविषयी सांगितले होते; पण तेवढ्याने दादाचे समाधान झाले नव्हते. 'बस्स! अभी तो तेरा हाथ-पाँव काटनाच पडेगा!' अशी नेहमीची धमकी त्याने दिलीच. शामू इतका घाबरला की त्याच्या पोटातून सण्‌कन कळ आली आणि तो पोट दाबून धरीत खाली बसला. 'नखरा मत कर! ये क्या फिल्लम है क्या?' म्हणून दादाने त्याच्या कमरेत एक सणसणीत लाथ घातली खरी; पण निदान आपली आवडती कल्पना प्रत्यक्षात आणली तरी नाही.

दादाने जर आपले सांगणे मनावर घेतले असेल, तर तो भीक मागण्याची जागा आज बदलेल याची शामूला खात्री होती. गल्ला सतत दोन-तीन दिवस कमी झालेला दादाला चालत नसे. तो काहीतरी नवीन युक्ती शोधून, गल्ला वाढेल असे केल्याशिवाय राहतच नसे.

नेहमीचे वळण मागे पडले आणि दादाही चालत राहिला, तेव्हा शामूला हायसे वाटले. आज नवीनच ठिकाणी जायला मिळणार याबद्दल त्याच्या मनात शंका राहिली नाही. उत्साहाने त्याची पावले नाचल्यासारखी पडू लागली.

दादाच्या मनात आज नवीनच काही बेत होता हे निश्चित. निघताना त्याने जरा अधिकच काळजीपूर्वक शामूचे केस विस्कटले होते, कपडे थोडे अधिक फाडले होते, कोळशाचे फडके त्याच्या चेहऱ्यावर जोरजोराने घासले होते आणि हसून तो म्हणाला होता – 'बस्! अभी एकदम सरदार दिखते हो!' तो हसला तेव्हा शामूचा जीव जरा भांड्यात पडला होता. म्हणजे आता निदान हातपाय तुटण्याचे तरी भय नाही...

दादा थांबला तसा शामूही खाडकन थांबला. दादाने बोट पुढे करून त्याला बसण्याची जागा दाखविली.

तिथे, एका फूटपाथच्या कडेला, एका बिल्डिंगच्या पाठीमागच्या बाजूला एक बाई शेवटच्या घटका मोजत पडली होती.

तिच्या सगळ्या अंगभर कसलेतरी लालसर चट्टे उठलेले होते. अंगावर म्हणजे

हाडांच्या सापळ्यावर जी काय चामडी लोंबकळत होती, तीवर. तिचे डोळे ग्लानीने मिटले होते. पांढुरक्या जटा डोक्याभोवती फूटपाथवर पसरल्या होत्या. अंगावरचे काळेमिचकूट चिरगूट ठिकठिकाणी फाटले होते आणि त्यातून अब्रू लोंबत होती. अस्ताव्यस्त पसरूनदेखील त्या देहाने फारशी जागा अडवली नव्हती. त्या शरीराच्या आजूबाजूला चिकचिकाट झाला होता आणि माश्यांचे थवे घोंघावत होते.

क्षणभर शामू थबकून उभा राहिला.

बोलूनचालून तो एक भिकारी होता. स्वच्छतेशी त्याचा फारसा संबंध आलेला नव्हता. रोगाने सडलेले भिकारी त्याने कमी पाहिलेले नव्हते.

तरीदेखील त्या अवस्थेत पडलेल्या त्या बाईकडे पाहून तो क्षणभर संकोचला. पण क्षणभरच.

'देखता क्या है? बैठ उधर!' दादाने त्याला फटकारले. तसा तो निमूटपणे जाऊन तिच्याजवळ बसला – तिच्यावर हक्क असल्यासारखा; आणि त्याने आपले फडके पसरले. जाता जाता त्याच्या कानाशी लागून दादा म्हणाला,

'किसी ने पूछा तो बोलना हमारी माँ है करके.'

दादा गेला आणि शामू निश्चल बसून राहिला. त्याला काय करावे ते सुचत नव्हते. समोरचे ऊन वाढू लागले. माणसांची वर्दळही वाढतच होती. समोर पाहून पाहून कंटाळा आला म्हणूनच केवळ तो तिच्याकडे पाहू लागला. आता त्याला ती मघाच्याइतकी भयंकर वाटेना. त्याला तिची घृणा वाटेना. उलट दयाच येऊ लागली. बिचारी! काय होत असेल तिला आणि काय नाही?

तो तिच्या उशाशी जाऊन बसला. सहजच त्याने तिच्या तोंडाभोवती फिरणाऱ्या एका माशीला मारले. ती गाढ झोपेत असल्यासारखी पडली होती. शामूला वाटले, तिला जागे करावे; पण कसे ते त्याला कळेना. तिला हात लावण्याचा धीर होईना. त्याने तिला हाक मारायचे ठरविले; पण काय हाक मारावी हे त्याला कळेना. त्याला दादाने जाताना सांगितलेले आठवले. तो तिला हाका मारू लागला – 'माँ! माँ!...'

तिला हाक ऐकू गेली नाही. तिचा चेहरा निर्विकारच राहिला.

शामूने जरा मोठ्याने हाक मारली, 'माँ! माँ ऽ!'

तिच्या पापण्या हलल्या. डोळे किलकिले झाले. किंचित उघडले न उघडले तोच, विजेत बिघाड झाल्यावर दिव्याचा बल्ब क्षणभर पेटून विझून जावा, तसे ते बंद झाले.

शामूने हाका मारण्याचा सपाटा लावला, 'माँ ऽ!... माँ ऽ!'

'काय रे, आजारी आहे वाटतं तुझी आई?'

शामूने वर पाहिले. एक वयस्क माणूस त्याला विचारीत होता. तो टिंगल

करीत नाही असे लक्षात येताच शामूने मान डोलावली. तो माणूस थोडा वेळ त्या दोघांकडे पाहत राहिला. त्याला पुरेशी दया आली. या दोघांपेक्षा आपली बायकामुले किती सुखात आहेत, हे त्याला जाणवले. या रस्त्यावरल्या लोकांपेक्षा आपले समाजातले स्थान किती उच्च आहे, हे जाणवले. या सुखद जाणिवेने त्याचे औदार्य उफाळून आले. त्याने पाकिटातून पावली काढून शामूच्या पुढ्यात फेकली आणि पाकीट कोटाच्या आतल्या खिशात काळजीपूर्वक ठेवून तो चालता झाला.

शामू खूष झाला. पावली! एकदम पावली! त्याला आपले महत्त्व एकदम वाढल्यासारखे वाटले. आज नक्कीच चंगळ उडणार! त्या काळ्या पोरांना खुशाल वाटू दे, मी त्यांच्या भीतीनं जागा बदलली असं! पण मी आज दहा तरी रुपयांचा खुर्दा जमवणारच! दादा एकदम खुशीत आला पाहिजे. बाकी दादाचं पण डोकं आहे डोकं! काय ठिकाण शोधून काढलंय! माँ!... शामू स्वत:शीच हसला.

पण दुसऱ्याच क्षणी त्याच्या ध्यानात आले, की आपली खुशी कुणाला दिसू देता कामा नये. नाहीतर सगळेच बिंग फुटेल. मारसुद्धा बसेल. त्याने चेहरा अधिकच दु:खी केला आणि तो 'माँ'च्या केसांतून हात फिरवू लागला.

रस्त्यावरली वर्दळ आता वाढू लागली होती. ऑफिसवाली मंडळी घाईगर्दीने रस्ता तुडवू लागली होती. फेरीवाले आपले हारे घेऊन बसू लागले होते. मोटारी हॉर्न वाजवून घोडागाड्यांना आणि हातगाड्यांना घाई करू लागल्या होत्या. सायकली मिळेल त्या जागेतून अंग चोरून पळू लागल्या होत्या. वाहनांच्या आणि माणसांच्या गर्दीची ती नदी पूर आल्यासारखी रस्त्याच्या दोन्ही काठांना धडका देत वाहू लागली होती.

एव्हाना आणखी चार-दोन लोक जमले होते. ते जमलेले पाहताच शामूने नकळत तिच्या अंगावरचे चिरगूट सारखे केले. लोकांची गर्दी मग वाढू लागली. सगळे आपापसांत बोलत होते, हळहळत होते. शामूची कीव करीत होते. 'बिचाऱ्याची आई मरणार' असे त्या 'बिचाऱ्या'ला सहज ऐकू जाईल इतक्या मोठ्याने बोलत होते. तिला कसला रोग झाला असेल यावर विद्वत्तापूर्ण चर्चा करीत होते. अधूनमधून सरकारलादेखील शिव्या देत होते. यापलीकडे मात्र त्यांची धाव जात नव्हती. त्या दोघांना भांडेभर पाणी आणून द्यावे, असे काही कुणाच्या मनात येत नव्हते. एक मात्र खरे, की बहुतेक जण पैसे टाकीत होते. शामूचा आनंद गगनात मावत नव्हता. आजारी आईचा केवढा हा भाव! एरवी यांच्या मागे धावले तरी हाड्हुड् करणारे हे लोक आज आपण होऊन थांबून पैसे टाकताहेत. तेदेखील एरवी भिकाऱ्याला घालतात त्याहून कितीतरी अधिक सढळ हाताने...

लोक उत्साहाने भीक घालीत होते; कारण ही केवळ भीक नव्हती. हा केवळ एक विद्रूप भिकारी नव्हता. ही एक जिवंत शोकांतिका त्यांच्यासमोर उभी होती. हा

एक कोवळा पोर प्रत्यक्ष आपल्या मातेच्या उशाशी बसला होता आणि त्याची माता मरणघटका मोजत होती. जिने त्याला जन्म दिला, तिचे मरण तो पाहत होता. अशी हृदयद्रावक घटना त्यांनी आजवर फक्त चित्रपटातच पाहिली होती. इथे चित्रपटातले आर्त गाणे तेवढे कमी होते; पण माणसे प्रत्यक्ष होती. दु:ख सोसणारा मुलगा जिवंत होता आणि त्याची मरणारी आईसुद्धा जिवंत होती. हे प्रदर्शन तसे पाहण्यासारखे असल्याचे ते एकमेकांना सांगत होते आणि अधिक माणसे जमा होत होती. ज्यांना रोगाची भीती वाटत होती, ती लांबूनच दुसऱ्यांच्या खांद्यावरून डोकावून पाहत होती; पण प्रत्येकजण जाताना कसले ना कसले तरी नाणे टाकीत होता. कुणी स्वत:ला दया आली म्हणून; कुणी दुसरा काय म्हणेल म्हणून. प्रत्येकजण पाच-दहा पैशांत माणुसकीचा दाखला विकत घेत होता. त्या मरणाऱ्या जिवाभोवती एकच गर्दी उसळली होती. 'कोईभी चीज उठाव'वाल्याभोवती असते तशी. गारुड्याच्या खेळाभोवती असते तशी. तशीच गर्दी या जाहीर मरणाभोवती जमली होती.

परंतु त्या गर्दीतही, तो मरणारा जीव एकटा होता आणि त्याच्या शेजारी बसलेला दुसरा एक जीवही एकटाच होता. गर्दीच्या बोलण्याकडे शामू लक्ष देत नव्हता. किंबहुना लक्ष नसल्यासारखेच दाखवीत होता. कुणालाही उत्तर देण्याचा प्रसंग तो टाळीत होता. कुणाही एकाला उत्तर दिले की सगळ्यांना तोंड द्यावे लागेल, हे त्याला ठाऊक होते. त्यातून त्याला मुद्दाम खोटे बोलावेसे वाटत नव्हते आणि खरे सांगणे शक्य नव्हते. म्हणून तो काहीतरी उद्योग शोधून काढीत होता आणि त्यात गुंतल्यासारखे दाखवीत होता. आपल्या 'माँ'पासून दूर बसणे त्याला शक्यच नव्हते. जमलेल्या गर्दीला त्याचा खोटेपणा कळून आला असता. म्हणून त्याला तिच्या सेवेचे खोटे नाटक करणे भाग पडत होते. कुठे तिचे तोंड पूस, कुठे चिरगुटे सारखी कर, कुठे तिचे डोके मांडीवर घे, असे काही ना काहीतरी तो करीत होता. लोक त्याचे कौतुक करीत होते. 'मुलाला आईची किती काळजी आहे पाहा!' म्हणत होते.

पण शामू अवघडून गेला होता. लोक कधी जातीलसे त्याला झाले होते. वाटत होते, दादा आपल्याला करतो तसे प्रत्येकाच्या पायावर पट्टीने मारावे व म्हणावे, 'पुढं व्हा, पुढं व्हा, थांबू नका. इथं काय आहे?'... पण तसे करणे शक्य नव्हते. ते त्याचे अन्नदाते होते. शामू चुळबूळ करीत होता. केव्हापासून त्याला गटाराच्या कडेला जाऊन यायचे होते; पण आपल्या 'माँ'ला गर्दीत एकटे टाकून त्याला जाता येत नव्हते. मुख्य म्हणजे पैशांचे फडके सोडून जाता येत नव्हते. शिवाय हीच वेळ गर्दीची होती. हीच संधी पैसे मिळविण्याची होती. तेव्हा माँच्या डोक्यावरून हात फिरवीत, तसेच कळवळत बसण्याखेरीज त्याला इलाजच नव्हता.

शामूला गंमत वाटली. आजवर त्याच्या डोक्यावरून कुणी कधी मायेने हात

फिरविला नव्हता आणि तो मात्र आज एका सर्वस्वी अनोळखी, रोगाने सडलेल्या बाईच्या डोक्यावरून हळुवारपणे हात फिरवीत होता. पण तसा हात फिरविताना त्याला हळूहळू तिच्याविषयी दया वाटू लागली होती. बिचारीच्या यातना थोड्या तरी कमी कराव्यात, असे त्याला वाटू लागले होते. त्याने हात खाली आणला. माँचे कपाळ तापाने चटचटत होते. तरीही त्याने हात तसाच राहू दिला. तिच्या डोळ्यांचा कडांशी बोटे फिरविली. तिथे साकळलेले पाणी पुसले.

ती किंचित चाळवाचाळव करू लागली. तिला कदाचित तो स्पर्श जाणवू लागला असावा. तिला व्यापून राहिलेल्या भयाण काळ्या गुंगीत एक उजेडाची फट पडल्यासारखे झाले असावे. तिच्या जवळच माणसांचा, वाहनांचा कोलाहल चालू होता; पण त्याचे तिला भान नव्हते. खडबडीत फूटपाथवर तिची पाठ टेकली होती; पण त्याचा दगडी कठीणपणा तिला जाणवत नव्हता. किंबहुना आपल्या स्वत:च्या शरीरातून क्षणोक्षणी उठणाऱ्या सहस्र कळांच्या दु:खाच्याही पलीकडे ती पोहोचली होती. परंतु तरीही त्या चिमुकल्या हातांचा मऊ, उबदार स्पर्श तिला जाणवला असावा. जन्मभर कदाचित ती त्या स्पर्शासाठी आसुसलेली असेल. आजवर तिला लाभलेले स्पर्श वखवखलेले, वासनांनी लडबडलेले असतील. त्यांनीच तिला इथवर आणून सोडले असेल; आणि आता तिच्या रोगजर्जर शरीरापासून ते दूर पळाले असतील. मानवी स्पर्शाच्या योग्यतेचीही ती राहिली नसेल. मग स्पर्श होत राहिले असतील ते केवळ बुटांचे, काठ्यांचे! आणि या साऱ्यांनंतर आता एक मखमली, कोवळा स्पर्श तिच्या राठ केसांना, सुकलेल्या चेहऱ्याला होत होता. वेदनांनी पोखरलेल्या तिच्या शरीरातून त्या स्पर्शाचे सुख झिरपत गेले.

काहीतरी बोलण्यासाठी तिने ओठ हलविले; पण शब्द फुटला नाही. तिच्या ओठांच्या कडेने लाळ ओघळली. शामूने ती पुसून टाकली.

एव्हाना गर्दी पांगू लागली. उन्हे वर येऊ लागली होती. होता-होता वर्दळ कमी झाली. शामूला हायसे वाटले. हवा मोकळी झाल्यासारखे वाटले. त्याने माँकडे पाहिले. तिचे ओठ हलत होते. उघडत होते, मिटत होते.

शामूने जवळचे डबडे उचलले आणि तो निघाला. जाताजाता तो जवळच्या पानवाल्याला म्हणाला, 'पाणी लेके आता हूँ। जरा इधर देखना।' पानवाला हसून म्हणाला, 'कशाला हवंय बघायला? तिला कोण नेतंय उचलून? आणि सांभाळतोयस कसला? आता जायचीच की ती!'

त्याचे बोलणे शामूला पटले. पण त्याने असे बोलावे याचा त्याला रागही आला. खरे म्हणजे शामूचा तिच्याशी काय संबंध होता? तिच्या जगण्या-मरण्याशी काय संबंध होता? पण तरीही त्याच्या गळ्याशी आवंढा दाटून आला.

धावतपळतच तो पाणी घेऊन आला. चिरगुटाचे टोक त्याने पाण्यात बुडविले.

त्याने तिचे तोंड स्वच्छ पुसून काढले. डोळ्यांच्या कडा स्वच्छ केल्या आणि तोंडात थोडे पाणी घातले. थोडे बाहेर सांडले; पण बरेचसे तोंडात गेले. आपण हे सारे का करीत आहोत हे त्याला कळत नव्हते. बहुधा केवळ एक चाळा म्हणून. नाहीतरी दुसरे काय करणार स्वस्थ बसून? शिवाय अधूनमधून पैसे टाकणारे लोक, आजूबाजूचे दुकानदार यांनाही आपल्याला आईची काळजी असल्याचे दाखविणे भाग होते. काहीतरी करणे जरुरीचे होते. माँ मरणाच्या पंथाला असताना नुसते स्वस्थ बसणे बरोबर दिसले नसते.

परंतु एवढेच नव्हते. त्याला थोडी उत्सुकताही वाटू लागली होती. पाणी प्याल्यानंतर त्या निर्जीव चेहऱ्यातही थोडीशी हुशारी आल्यासारखे दिसले. शामूला बरे वाटले. त्याला वाटू लागले की, असेच काहीकाही आपण केले तर ती डोळे उघडेल, बोलू लागले, हलू लागेल.

बाहेर ऊन फार तापले होते. तिच्यावरही ते येत होते. शामू तिला सावलीत घेण्याचा प्रयत्न करू लागला; पण त्याला एकट्याला ते जमेना. त्याने शेजारच्या खारीसींगवाल्याला एका बाजूने हात लावायला सांगितले. तो तयार झाला नाही. नुसता हसला. म्हणाला, ‘भई, हम काहेको हाथ लगा ले? बीमारी बडी खतरनाक दिखती है। रहने दो न भई वैसीही।’

‘इधर धूप है।’ शामू कसेबसे बोलला.

‘अरी, धूप हुवा तो क्या हुआ? कल तो जलानाही है उसे। क्यों सरदारजी?’ शेजारी कापडाचे तुकडे मांडून बसलेल्या सरदारजीला आपला विनोद त्याने सांगितला. दोघेही ‘हो हो’ करून हसले.

आता मात्र शामूला खरेच चीड आली. निदान या गंमत पाहणाऱ्यांची जिरावी म्हणून तरी तिने बरे व्हावे, एकदम उठून बसावे, चालावे, फिरावे, असे त्याला वाटले. त्याने तिच्या अगदी कानांजवळ ओठ नेले. तिथल्या गुलाबी चट्ट्याला त्याचे ओठ जवळजवळ चिकटलेच. त्याने तिला हाका मारल्या, ‘माँ ऽ ऽ!... माँ ऽ ऽ’

तिने डोळे उघडले. आता त्या डोळ्यांत थोडी अधिक समज दिसली.

शामूने एकदा तिचे डोके, एकदा तिचे पाय, परत एकदा डोके असे हलवून तिला कसेबसे सावलीत आणले. त्याची ती धडपड पाहून खारीसींगवाला आणि सरदारजी हसत होते. पण शामूने तिकडे दुर्लक्ष केले.

संध्याकाळ झाली. पुन्हा एकदा माणसांचा थवा येऊन सहानुभूतीचे प्रदर्शन करून गेला. मध्यंतरी शामूने कुठूनसा एक पावाचा तुकडा आणला. त्याचे बारीक तुकडे करून तिच्या तोंडात घालण्याचा निकराचा प्रयत्न केला; पण तुकडे तोंडातल्या तोंडातच राहत. गिळले जात नसत. मग बाहेर पडत.

एकदम शामूला एक कल्पना सुचली. तिला थोडे दूध पाजले तर?... तर तिला निश्चितच बरे वाटेल. पण दूध? – दूध कोण देणार? ते थोडंच फुकट मिळणार आहे?...

त्याचा हात सहजच पैशांच्या फडक्यांकडे गेला. त्याने दोन-चार नाणी उचलली, परत जागेवर ठेवली. दादाला कळले तर? पण कसे कळेल? कसेतरी कळेल. पण कळल्याशिवाय राहणार नाही हे खास. आणि मग...

शामूने तो विचार डोक्यातून काढून टाकला. फडक्याकडे नजरसुद्धा फिरू द्यायची नाही, असे त्याने ठरविले. तो तिच्याकडे बघू लागला. आता त्याला तिची मुळीच घृणा वाटत नव्हती. आता फक्त त्याला वाईट वाटत होते. ती अशी निश्चेष्ट पडलेली; आणि आपल्याला तिच्यासाठी काहीच करता येऊ नये, याचे दु:ख होत होते. साधे दूधसुद्धा... आणि एवढ्यात कुणीतरी एक नाणे फेकले ते त्याच्याच दिशेने घरंगळत आले. शामूचा हात त्या नाण्यावरच पडला. त्याने मूठ गच्च दाबून धरली. मग उघडली. ती पावली होती. शामूने वर पाहिले. त्याचा तो दाता गर्दीत दिसेनासा झाला होता. शामू उठला. डबडे घेऊन धावतच जवळच्या दुकानात गेला.

आता दिवेलागणी झाली होती. लोक पांगू लागले होते.

शामू दूध घेऊन आला.

नाही म्हणायला दोघेचौघे रस्त्यात होतेच.

शामू गुडघे टेकून तिच्या जवळ बसला.

दोघेचौघे थांबले. उत्सुकतेने पाहू लागले.

शामूने डबडे तिच्या ओठांशी धरले.

दूध ओठांच्या बाजूंनी खाली सांडले. कुणीतरी हळहळले.

शामू अधिक काळजीपूर्वक दूध ओतू लागला. थेंब-थेंब, थेंब-थेंब... त्याने जमलेल्यांकडे मान उचलून विजयपूर्वक पाहिले आणि तो परत तिला दूध पाजू लागला.

एवढ्यात कसल्याशा जाणिवेने तो दचकला.

– जमलेल्या मंडळींत दादा होता!

दादा स्वस्थ उभा होता. हातांची घडी घालून. त्याने शामूला ओळख दिली नाही. तो फक्त शामू काय करीत आहे, हे पाहत उभा होता.

शामूला घाम फुटला. पण त्यानेही दादाला ओळख न देता आपले काम पुढे चालू ठेवले. लोक पाहत होते. त्यामुळे त्याला मध्ये थांबणे शक्यच नव्हते.

सगळे गेल्यावर दादा त्याच्या जवळ आला. त्याला हळूच म्हणाला, 'चलो.' आणि तो लांब जाऊन उभा राहिला.

शामूने पैशांचे फडके गुंडाळून घेतले, त्यातच डबडे टाकले आणि तो चटकन निघाला.

त्याचे पाऊल थबकले. त्याने वळून पाहिले. उद्या ही अशीच इथे असेल का?... कुणास ठाऊक? झपझप पावले उचलीत त्याने दादाला गाठले.

जरा लांब गेल्यावर दादाने त्याला विचारले,'क्यों बे! तू उसको दूध पिलाता था?'

'हाँ.' शामूने ओळखले, प्रसंग कठीण आहे.

'भडवा, किधर से दूध लाया?'

'एक भय्या जाता था सायकल पर से; उसने दिया ।'

दादाचा पारा उतरला. 'पैसा नही दिया ना?'

'नही; पैसा कौन देगा?' शामू सफाईने म्हणाला.

'लेकिन तू साला उसको बडे प्यार से दूध पिलाता था! जैसे सचमुच तेरी माँ हो!'

'हाँ.' शामू चटकन हुशारीने म्हणाला, 'बुड्ढी बचेगी तो कल भी पैसा मिलनेवाला है ना? '

शामूच्या या उत्तराने दादा अगदी खूष होऊन गेला. शामूच्या पाठीवर हात मारीत तो जोरजोराने खिंकाळला.

शामूही खोटेखोटे हसला; पण घरी जाईपर्यंत त्याचा उदासपणा वाढतच गेला. खरे तर आज रोजच्यापेक्षा कितीतरी अधिक पैसे त्याला मिळाले होते. दादानेही त्याचे कौतुक केले होते; पण तरीही त्याला सुचेनासे झाले होते.

रात्रभर त्याला नीटशी झोप लागली नाही. डोळ्यांसमोर तो रस्ता दिसत होता. तो फूटपाथ दिसत होता. फूटपाथवर अस्ताव्यस्त पडलेला तो देह दिसत होता. दिवसभर आपण तिचे डोके मांडीवर घेऊन बसलो होतो आणि मग एकाएकी आपण तिला सोडून आलो. त्यानंतर काय झाले असेल तिचे? ती तशीच बेशुद्धीत पडून राहिली असेल. रात्र झाली असेल... दिवे लागले असतील... दिव्यांच्या प्रकाशात ती कशी दिसत असेल? रहदारी थांबली असेल... सगळे शांत झाले असेल... ती तशीच पडून राहिली असेल... तिला दिवसभराची वर्दळ आणि आताची ही शांतता यांतला फरक कुठला कळायला? पण ती तिथेच असेल का? अजून?... का कुणी तिला उचलून नेले असेल? किंवा - किंवा कदाचित तिथे पडल्यापडल्याच तिचे काही बरेवाईट...

या शंकेसरशी शामू अंथरुणातल्या अंथरुणात उठून बसला.

आत्ताच्या आत्ता उठून तिकडे जावे, असे त्याला वाटू लागले.

मग त्याने पाठ अंथरुणाला टेकली आणि तो झोपण्याचा प्रयत्न करू लागला. कुठली कोण ती! आपली कुणी नाही. दादाच आपला. आपण फक्त त्यानं सांगितलेलं ऐकायचं. त्यानं सांगितलं म्हणूनच तिला माँ म्हणायचं.

नाहीतर ती काही आपली खरीखुरी माँ नाही. आपली कुणी नाही. कुणी नाही...

– तरीही दुसऱ्या दिवशी ती अजूनही तिथेच पडलेली त्याला दिसली, तेव्हा त्याला आनंद झाला.

आज त्याने अधिक उत्साहाने तिचे सारे काही करायला सुरुवात केली.

त्याला आशा वाटत होती की, आज तरी ती शुद्धीवर येईल, काहीतरी बोलेल, हात उचलील, आपल्या पाठीवरून फिरवील. हा विचार मनात आला आणि त्याची त्यालाच लाज वाटली. तिने आपल्या पाठीवरून हात फिरवावा, असे आपल्याला का वाटले, हे त्याला कळेना. ती कोण आपली? आणि दुसऱ्या कुणीतरी, कधीतरी आपल्या पाठीवरून हात फिरवला आहे का?...

शामू विचार करू लागला. त्याच्या वयाला शोभणार नाही इतक्या प्रौढपणाने विचार करू लागला. ती कोण असेल? कुठे राहत असेल? इथे कशी येऊन पडली असेल?...

पण या प्रश्नांची उत्तरे त्याला काही केल्या सुचेनात.

दादाने देऊन ठेवलेली ताकीद तो मनातल्या मनात घोळवीत राहिला :

'अबे, देखो! बुढी जब मर जायेगी तब उसी मिनट तू पैसा लेके उधर से छू हो जा। उधर मत ठहर। वैसाही बैठेगा तो साला पुलिस के फंदे में आ जायेगा।'

त्याने ते कबूल केले होते. नाहीतर दादा त्याला सोडायलाच तयार नव्हता. 'आज ती नक्की मरणार. तू जाऊच नको' असे तो सांगत होता. नसती भानगड गळ्यात यायची; पण शामूने दादाला बरोबर ओळखले होते. तो काल कसे चिक्कार पैसे मिळाले, आजही कसे तसेच मिळतील, हे पुन:पुन्हा दादाला पटवीत राहिला, 'तू मुळीच काळजी करू नकोस. मी ती मरताक्षणीच तिला सोडून निघून येईन,' असे सांगत राहिला, तेव्हा कुठे दादाने त्याला पाठविले. का कोण जाणे, पण ती मरेपर्यंत आपण तिच्या जवळ असावे, असे शामूला वाटत होते. ती कदाचित मरणार नाही, बरी होईल, अशी आशासुद्धा वाटत होती; पण तसे म्हणायला कुणीच तयार नव्हते. सारेजण ती मरेल असेच म्हणत होते. गर्दीतले बघे, खारीसींगवाला, सरदारजी, पानवाला, दादासुद्धा! पण मरणार म्हणजे काय होणार तिचे? आजवर शामूने कुणाला मरताना पाहिले नव्हते.

'मेरेकू कैसा समझेगा मर जायेगी तो?' त्याने दादाला सरळपणे विचारले होते.

त्याचा तो प्रश्न ऐकून दादा मोठ्याने हसला होता. इतका हसला, इतका हसला की त्याचे हसणे आता थांबणारच नाही, असे शामूला वाटले. दादा इतका हसला की त्याच्या डोळ्यांत पाणी आले. हसताहसता तो एकदम गप्प झाला आणि डोके धरून खाली बसला. शामूची नजर आपल्यावर खिळली आहे, हे त्याच्या लक्षात आले, तेव्हा तो त्याला तडकून म्हणाला, 'साला ठंडी हो जायेगी तो समझमे नही आयेगा?'

बस्स! आता तिच्या थंड होण्याची वाट पाहायची. इतकी साधी गोष्ट. सोपी गोष्ट. मरण भयंकर आहे, असे उगाच सगळे म्हणतात. आपणही उगाच घाबरतो. ती मरणार म्हणजे तसे काही होणार नाही. तिचे शरीर थंड होणार. बस्स. तेवढे झाले की आपण पैशाचे फडके उचलायचे आणि चालू लागायचे. मग पुन्हा या रस्त्याला यायचे नाही.

पण सगळे इतके सोपे असतानाही त्याला कुठेतरी चुकल्या-चुकल्यासारखे वाटत होते.

तो वाकला आणि तिच्या कानाशी लागून त्याने हाक मारली-

'माँ! ओ माँ ऽ ऽ!'

असे दोन दिवस गेले.

तिसऱ्या दिवशी मात्र त्याला वाटले की ही नक्की जाणार. सगळेजण खोटे पडणार आणि ही बरी होणार. निदान उठून बसू लागणार.

शामू उत्साहाने तिचे पाय चेपू लागला. वेळ दुपारची होती आणि वर्दळ बरीच कमी झाली होती.

एकदम तिचे ओठ हलल्यासारखे झाले.

शामूने डब्यातून तिला थेंबथेंब पाणी पाजायला सुरुवात केली.

तिने डोळे उघडले. क्षणभर शामूकडे पाहिले. अगदी नीट पाहिले. त्याची ओळख पटल्यासारखे पाहिले. तिचे ओठसुद्धा हलले. शामूला वाटले, की आता ही नक्की काहीतरी बोलणार.

पण शब्द फुटला नाही. ओठ नुसतेच हलत राहिले.

तिने हात उचलला. शामूला विलक्षण आनंद झाला. त्याने तो चक्ट्यांनी भरलेला हात आपल्या हातात घेतला. त्यावरच्या शिरांवरून बोटे फिरवली. हात उचलला आणि आपल्या गालाशी नेला.

क्षणभर तो हात त्याच्या गालांवरून फिरला.

तिच्या डोळ्यांच्या कडांतून पाणी ओघळले.

पण दुसऱ्याच क्षणी तो हात खाली पडला आणि ते डोळे मिटले.

विलक्षण भयाने शामू जागचा उठून उभा राहिला.

असे कसे झाले? आत्ता ती बोलेल, अंगावरून हात फिरवील, असे वाटतावाटता तिची हालचाल एकदम थांबली कशी? आजच आत्ताच तिला हुशारी वाटू लागलेली दिसत असताना?

मरण शामूने आजवर कधी पाहिलेले नव्हते.

पण तरीही त्याला समजून चुकले. कसे कुणास ठाऊक, पण त्याला समजले खरे.

त्याने खाली वाकून बोचके बांधले आणि तो तिथून पळत सुटला. मागे वळूनही न पाहता. जणू तो पळत नव्हताच. भीतीची एक प्रचंड भावना त्याला पळवीत होती.

एका गजबजलेल्या भागात येऊन पोहोचल्यावरच तो पळायचा थांबला. तिथल्या एका थिएटरच्या पायऱ्यांवर तो, थकून, बसला.

एकाएकी त्याला रडू कोसळले. आजवर तो कधीच रडला नव्हता. आजवरचे ते सारे साचलेले दु:ख जसे काही वाट फोडून बाहेर आले. आपण नेमके कशासाठी रडत आहोत, हेही त्याला कळत नव्हते. पण गुडघ्यात डोके खुपसून तो हमसाहमशी रडत होता. आजवर कधीच त्याला इतके एकटे वाटले नव्हते. इतके पोरके वाटले नव्हते. त्याला नुसते ती गेल्याचे दु:ख होत नव्हते. आपल्या अंगावरून हातही न फिरविता, आपल्याला आठवण म्हणून काहीच न देता, नुसती 'बेटा' अशी हाकसुद्धा न मारता ती गेल्याचे दु:ख त्याला होत होते...

रडतारडताच त्याने वर पाहिले.

समोरच्या मुलानेदेखील पाहिले.

शामूने शर्टाच्या फाटक्या बाहीने डोळे पुसले.

समोरच्या मुलानेही पुसले.

शामू त्या आरशाच्या अगदी जवळ जाऊन उभा राहिला. त्यातले स्वत:चे प्रतिबिंब पाहताना एक नवीनच गोष्ट त्याच्या लक्षात आली.

– आणि एकाएकी त्याचे दु:ख हलके झाले. एकदम मन मोकळे झाले.

त्याची माँ त्याला आपला न म्हणताच गेली नव्हती. ती त्याला काहीतरी देऊन गेली होती. एक खूण. खास स्वत:ची अशी!

शामूच्या गालावर एक लहानसा गुलाबी चट्टा उमटू लागला होता.

त्या चट्ट्यावरून प्रेमाने हात फिरवता-फिरवता शामूला आधार सापडल्यासारखे वाटू लागले. मघापासून त्याला जे हरवल्यासारखे वाटत होते, ते थोडेसे कमी झाले.

त्याला माँ मिळाली होती.

त्या चट्ट्यावरून हलका हात फिरवीत, बोचके सांभाळीत शामू आरशापासून दूर झाला. गर्दीत मिसळून चालू लागला. चालताचालता तो स्वत:ला पुन:पुन्हा सांगत होता –

'चलो अच्छा हुवा! अभी दादा को हाथ या पाँव काटने की जरूरतही नही पडेगी!'

■

अंतराय

जयंत कारखानीसची रोजनिशी

- दि. ९ मे

माधवी गेली त्याला आज एक आठवडा लोटला. आणखी आठ दिवसांनी आमच्या लग्नाचा दुसरा वाढदिवस! आणि इतक्या लवकर – अवघ्या दोन वर्षांत माधवी मला सोडून गेली!

गेला आठवडाभर काही करायला मन घेत नव्हते. डायरीसुद्धा लिहिली नाही. दोन-तीन दिवसांपूर्वी कामावर जाऊ लागलो; पण तेसुद्धा खाणीवर नाही. जेमतेम ऑफिसमध्ये जाऊन नुसता बसून राहिलो. सारी स्टेटमेंट्स शशांकनेच केली. शशांक म्हणतो तेही खरे. कधीतरी व्यवहाराला लागायलाच हवे. म्हणून आज डायरी लिहिणे परत सुरू केले.

पण माधवीचा विचार काही केल्या डोक्यातून जात नाही. गेल्या शुक्रवारीच ती भयंकर घटना घडली. त्याआधी तीन दिवससुद्धा काही कल्पना नव्हती. इथला उन्हाळा माधवीला इतका बाधेल, असे वाटले नव्हते. तिला एकाएकी सनस्ट्रोक झाला – ताप चढतच गेला, आणि चोवीस तासांत सगळा खेळ आटोपला. माझी माधवी गेली. मला अजून खरेच वाटत नाही. It seems like a terrible nightmare!

एकदा वाटते, नसतो आलो या वैराण प्रदेशात नोकरीला, तर माझी माधवी अजून माझ्याबरोबर असती. आता असा विचार करून काय उपयोग म्हणा! She is gone. Gone forever. MADHAVI, Madhavi, come back, please come back!...

- दि. १० मे

माझा अजूनही विश्वास बसत नाही; पण शशांकची ती अवस्था आठवली की ते खोटेही म्हणता येत नाही. वास्तविक या गोष्टींवर शशांकचा विश्वास नाही. दुसरे कुणी असे सांगते, तर त्याने त्याला खुळ्यातच काढले असते. प्रथम माझ्याकडेही त्याने उडवाउडवीच केली नाही का? आपण घाबरलो आहोत हे दाखविण्याची त्याला लाज वाटत असावी. But it was so obvious - he couldn't move an inch. He was downright scared.

साडेनऊ वाजता त्याने मला पत्ते खेळायला म्हणून बोलाविले. मलाही कंपनी हवीच होती. मला वाटले, तो पत्त्यांचा डाव मांडून, वेफर्स, चिप्स आणि ड्रिंक्सचीही सोय करून बसला असेल; पण दार ठोठावले तर हू नाही की चू नाही. मी दार ढकलले तर ते उघडेच होते आणि आत शशांक एका खुर्चीवर बसला होता. बसला होता म्हणण्यापेक्षा खुर्चीला खिळला होता. त्याचे केस विस्कटले होते. सबंध चेहरा घामाने डबडबलेला होता. डोळे विस्फारलेले आणि नजर समोरच्या भिंतीकडे लागलेली होती. त्याचा तो अवतार पाहून मी घाबरलोच. मी त्याला गदगदा हलवून त्याच्या त्या अवस्थेतून जागे केले. क्षणभर मला ओळखणेही त्याला कठीण गेले. मग मात्र तो मला 'ये - बैस' म्हणाला. पत्ते खेळण्याचीही त्याला आठवण होती. त्याने पत्ते काढले; पण अजून त्याच्या चेहऱ्यावरचा तो घाबरलेला भाव गेलेला नव्हता. मधून-मधून तो समोरच्या भिंतीकडे पाहत होता. मी त्याला विचारले, पण तो काही सांगेना. बराच वेळ त्याने उडवाउडवी केली. अखेरीस जेव्हा मी ऐकणारच नाही असे त्याला वाटले, तेव्हा त्याने नाइलाजाने मला सांगितले आणि जे सांगितले त्याने Well, I was completely thrown off my feet!

शशांकला माधवी दिसली होती!

- दि. १३ मे

गेले तीन दिवस मी एकसारखा विचार करीत आहे. मरणोत्तर माणसे दिसू शकतात, या कल्पनेवर माझा विश्वास नव्हता; पण त्याचे कारण एवढेच की, अजून तसा काही अनुभव मला आलेला नव्हता. शशांकचा तर अजूनही विश्वास नाही. तो म्हणतो, मला भास झाला असेल, नाही तर स्वप्न पडले असेल.

पण ते स्वप्न नव्हते; कारण त्या वेळी शशांकचे डोळे सताड उघडे होते. तो शुद्धीवर नसेल, पण जागा होता. भास... शक्य आहे. पण शशांकची परिस्थिती काय विलक्षण झाली होती!

Somehow, आम्ही या गोष्टीवर नंतर काही बोललो नाही. कदाचित शशांक मनातून घाबरला असेल. तो भास नसल्याचे त्याला मनातल्या मनात जाणवले असेल. दुसरे, माझ्या पत्नीविषयी माझ्याकडे बोलणे त्याला प्रशस्त वाटले नसेल.

विचार करता करता आज प्रथमच एक गोष्ट मला सुचली आणि वाईट वाटले.

माझी पत्नी माधवी, मरणोत्तर मला न दिसता शशांकला का दिसावी?

- दि. १७ मे

बाहेर ऊन पेटले आहे. नजर टाकावी तिकडे उघडा काळा खडक. त्यातून मे महिन्यातला हा उन्हाळा! पाऊस कधी येईल असे झाले आहे.

शशांकला माधवी दिसल्यापासून मलाही आशा वाटू लागली आहे, की कधी ना कधी तरी ती मला दिसेल. तिचे माझ्यावर अतिशय प्रेम होते. लहानसहान बाबतीतही ती माझी काळजी घ्यायची. कधी ती माझ्या ऑफिसवर यायची. ऑफिस म्हणजे इन् मिन् पाच माणसांचे. मी, शशांक, एक क्लार्क-कम-टायपिस्ट आणि दोन शिपाई. त्यामुळे ऑफिसात यायला तिला तसा संकोच वाटत नसे. मी आणि शशांक खाणीवर गेलो असताना दोन-चार वेळा ती आमच्याबरोबर तिकडेही आली होती.

माधवी नुसतीच सुंदर नव्हती. स्वभावानेही फार चांगली होती. सगळ्यांशी ती मोकळेपणाने वागायची. हसायची, विनोद करायची. माझ्यावर तिचे विलक्षण प्रेम होते. वाटते की मला ती एकदा तरी दिसावी. मी शशांकसारखा घाबरणार नाही. कशाला घाबरायचे? ती मला काही करणार नाही. तिचे माझ्यावर प्रेम आहे. जगातल्या सगळ्या दुष्ट शक्तींपासून उलट ती माझे रक्षणच करील. I would give anything to see her.

ती जर शशांकला दिसू शकते तर मला का दिसू नये? आज ना उद्या, कधीतरी ती मलाही दिसेल. I must wait.

तसा शशांक तिला परका नव्हता. खाणीच्या कामावर इंजिनिअर म्हणून तो अलीकडेच आला. त्याची हुशारी आणि मोकळा स्वभावही मला आवडला. आमची चांगली गट्टी जमली. एकदा मी त्याला माझ्या घरी चहाला आणले. गंमत म्हणजे त्याची आणि माधवीची कॉलेजातली ओळखनिघाली. आम्ही तिघे पिकनिकला वगैरे एकत्र जाऊ लागलो. कधीकधी एकत्र जेवू लागलो. ही डायरी लिहिण्याची कल्पना शशांकचीच. मार्चपासून आम्ही दोघे डायऱ्या लिहीत आहोत. सुरुवातीला माधवी हसली होती – 'किती दिवस डायऱ्या लिहिता बघते. चार दिवसांत जाल कंटाळून!'

- दि. १८ मे

आज आमच्या लग्नाचा वाढदिवस! गेल्या वाढदिवसाला आम्ही सिमल्याला होतो. आज मी कुठे – माधवी कुठे?...

माधवी मला न दिसता शशांकला का दिसावी? नाहीतर शशांक म्हणतो त्याप्रमाणे हा सारा भासच असेल. I don't believe in the supernatural. - Forget it.

- दि. २० मे

Well! मी पहिल्यापासून शशांकला सांगत आलो आहे, की तो भास नसेल. शेवटी माझेच खरे ठरले. It was real. I have got a proof! And oh, what a proof! मी हे लिहीत असताना हा पुरावा माझ्यासमोरच पडला आहे! अनेक गोष्टींचा तो पुरावा आहे! परमेश्वरा, असले हे भयंकर सत्य मला समजावून देण्याआधी माझ्या सुंदर गैरसमजातच तू माझा अंत का नाही केलास? माधवीच्याऐवजी मलाच घेऊन गेला असतास तर मलाही हे दुःख भोगावे लागले नसते आणि माधवीही सुखी...

काल रात्री दहा वाजता शशांक एकाएकी माझ्याकडे आला. मी दरवाजा उघडताच त्याने मला एकदम मिठीच मारली. मी त्याला कसेबसे पलंगावर निजवले. प्यायला पाणी दिले. तो विलक्षण घाबरलेला दिसत होता. पडल्यापडल्याच त्याने आपली हकीकत सांगितली.

तो गप्पा मारायला माझ्याकडे निघाला होता. वाटेत त्याला माधवी भेटली. ती त्याच्याशी हसली. तिने त्याला हात पुढे करायला सांगितले. त्याने केला. तेव्हा तिने आपल्या बोटातून एक सोन्याची अंगठी काढून त्याच्या बोटात घातली आणि ती नाहीशी झाली! भयंकर घाबरलेला शशांक कसाबसा माझ्याकडे येऊन पोहोचला होता.

मी शशांकचा हात पाहिला. हा भास म्हणायला जागा नव्हती. शशांकच्या बोटात अंगठी होती. त्याच्या हकीकतीत काहीही विसंगती असण्याची शक्यता नव्हती; कारण तो एरवी कधीच अंगठी वापरीत नसे आणि शिवाय – शिवाय ही अंगठी मी चांगलीच ओळखत होतो. आमचे लग्न ठरले तेव्हा मीच ती माधवीच्या बोटात घातली होती.

Here is the proof at last!

- दि. २४ मे

परमेश्वराने माणसाला विचारशक्ती दिली तेव्हाच त्याचे सुख हिरावून घेतले. गेले चार दिवस दगडावर घाव पडावेत, तसे माझ्या डोक्यात विचार येताहेत. रात्री मध्येच जाग येते आणि पहाटेपर्यंत विचारसत्र चालू राहते.

आज २४ मे. आणि अजून पावसाचे नाव नाही! वणव्यात सापडल्या-सारखे वाटते आहे. दिवसरात्र अंगाची काहिली होत असते. This is hell! कधीकधी छातीतून एकदम कळ यावी तसा एक विचार सुचतो. वाटते, की माधवी अशी अचानक गेली, यामागे काही परमेश्वरी योजना असेल. माझी जाहीर बदनामी होण्याआधी, शशांक आणि ती यांच्याविषयी लोक उघडपणे बोलू लागण्याच्या

आत ती गेली हेच फार चांगले. – काय लिहिले मी हे? छे छे! माधवी गेली हे चांगले कसे होईल? माझी माधवी... पण आता तिला माझी तरी कशी म्हणावी?

एकदा वाटते, शशांकला याचा जाब विचारावा; पण यात त्याचा तरी काय दोष? तो तिच्याशी कधी सैलपणे वागलेला मला दिसला नाही. त्याच्या मनात पाप असते तर आत्ताही या भेटीविषयी तो काही बोलला नसता. जर माधवीच त्याला... पण तिला जाब कसा विचारणार? ती तर मला कधीच दिसत नाही.

विचार केला की जुने प्रसंग आठवतात. एकदा तिने खास शशांकसाठी म्हणून गुलाबजाम केले होते. कॉलेजात त्याच्याबरोबर शिकत असताना म्हणे त्याचे फ्ल्यूटवादन तिला फार आवडायचे. एकदा शशांक मला विचारीत होता की, माधवीला या दगडाच्या खाणीवर कशी काय चैन पडते बुवा?

माधवीने मात्र शेवटपर्यंत माझा असाच समज ठेवला की ती फार सुखी आहे. आता लक्षात येते की, She must have found me boring. काय आहे माझ्यात? रानदांडगा माणूस मी. कलेतली समज नाही की बोलण्यात चातुर्य नाही. वयानेही मी तिच्यापेक्षा बराच मोठा. त्या मानाने शशांक सर्वच बाबतींत तिच्या तोडीचा. माझ्या हे आधीच लक्षात यायला हवे होते. माधवीचे माझ्यावर कधीच प्रेम नव्हते. तिचे शशांकवर लग्नाच्या आधीपासून ...may be! तिला त्या वेळच्या माझ्या stability चा, आमच्या पिढीजात श्रीमंतीचा मोह पडला असेल... त्या वेळी तर शशांकला नोकरीही नव्हती. आता हे सगळे स्वच्छ कळते; पण तेव्हा... How tactful of her! तिने जिवंतपणी मला हातोहात फसविले. But the dead do not deceive. आता तिला गरज काय मला फसविण्याची? आता आमचे जग एक नाही, समाजाचे अस्तित्व नाही. Now she can be honest to herself. She is honest. आपल्या हाताने तिने माझी अंगठी उतरविली आणि त्याच्या बोटात घातली. माझी अंगठी! Oh god, this is terrible! ती गेल्याचे दुःख काहीच नव्हते, इतके या फसवणुकीचे दुःख जबरदस्त आहे. काय करू? How can I forget this? How can I?...

- दि. २६ मे

At last I could forget it. निदान काही क्षण. तेवढाच आराम. जवळच बार आहे. तिथे मोकळा वेळ काढता येतो आणि आता भरपूर वेळ मोकळा आहे. सबंध आयुष्यच आता मोकळे आहे. कधीकधी शशांक माझ्याबरोबर येतो; पण माझ्याइतकी ढोसत नाही. तो तब्येतीने नाजूक आहे.

काल रात्री आम्ही बारमधून परत येत असताना शशांकला ती दिसली. माधवी! मला थोडी जास्तच झाली होती. एकाएकी शशांक थांबला. माझा दंड त्याने गच्च

धरून ठेवला. समोरच्या काळोखात तो डोळे विस्फारून पाहत राहिला. जागचा हलेना. मी त्याला ओढू लागलो. तो पुटपुटल्यागत म्हणाला – 'ती बघ – त्या झाडाखाली!'

त्याची ती अवस्था पाहून मला कल्पना आलीच होती; पण मला मात्र ती दिसत नव्हती. As if तिचे-माझे काहीच नाते नव्हते. This was expected, but I was still hurt.

'ती मला बोलावते आहे. पाहिलंस?' शशांक म्हणाला.

'मला ती दिसत नाही. तुला बोलावते तर जा.' मी किंचित तुसडेपणाने म्हटले आणि जाऊ लागलो.

माझा दंड गच्च पकडून शशांक म्हणाला, 'नको. मला भीती वाटते.'

डरपोक कहीं का! मला ती बोलावती तर मी दोन्ही हात पसरून धावत तिच्याजवळ गेलो असतो. अजून – हो, अजून! पण मला ती दिसतच नव्हती. 'चल, जाऊ या घरी.' मी शशांकला म्हणालो.

'नाही. मी नाही येत.' शशांक म्हणाला; पण हे तिला उद्देशून होते.

थोडावेळ शांतता पसरली. मग शशांकने विचारले,'तू परतपरत का येतेस?'

पुन्हा शांतता; पण शशांकला तिचे शब्द ऐकू आले असावेत. तो मोठ्याने म्हणाला, 'पण आता त्याचा काय उपयोग? '

पुन्हा शांतता. मग शशांक म्हणाला, 'असं कसं? मी तुला कधीच विसरणार नाही.'

मी शशांकचा हात झटकून पुढे चालू लागलो. शशांक म्हणत होता,

'म्हणजे, तू त्यांना ओळखत नाहीस? तुझं त्यांच्याशी लग्न झालं होतं. जयंत कारखानीस ते...'

मी धावतच शशांकपाशी गेलो. 'शशांक, तिला सांग की मला दर्शन दे – एकदा तरी!... एकदा तरी!...'

शशांकने विश्वास न बसून विचारले,'म्हणजे ती तुला खरोखरीच दिसत नाही?'

'नाही शशांक.' मी विलक्षण शरमिंदा झालो होतो; पण त्याच्याकडे खोटे बोलणे शक्यच नव्हते. 'सांग तिला शशांक, सांग तिला!...'

शशांकने समोर पाहिले. त्याची नजर भिरभिरू लागली. 'माधवी!... माधवी!' त्याने दोन-तीन हाका मारल्या. त्या हाका काळोख भेदून गेल्या; पण उत्तर आले नाही.

'ती गेली.' शशांक म्हणाला, 'ती गेली...'

वाटेने आम्ही एक अक्षरही बोललो नाही. माझी दारू साफ उतरली होती. शशांकची भीतीही, सरावानेच बहुधा, आता थोडी कमी झालेली दिसत होती.

रात्रभर मला झोप शिवली नाही. मी अंथरुणात तळमळत राहिलो. मध्यरात्री उकाडा असह्य होऊन मी बाहेर उभा राहिलो. डोळे ताणताणून काळोखात पाहिले; पण मला काही दिसले नाही. 26th May - and still no rain!

- दि. ३० मे

I am ashamed of myself. I am ashamed of my own existance! आज मी अगदीच ताळतंत्र सोडला. माझ्या वयाचा, प्रतिष्ठेचा कसलाही विचार मला आवरू शकला नाही. बारमध्ये मी चक्क शशांकला मारले. मी अर्थातच धुंदीत होतो. त्यामुळे आमचे काय संभाषण झाले हे मला नीटसे आठवत नाही; परंतु ते माधवीच्या संदर्भात असणार, हे नक्की. आता तर मद्याच्या धुंदीतही मला माधवीने केलेली फसवणूक विसरता येत नाही. कोण म्हणते, दारूच्या धुंदीत दु:खे विसरली जातात? उलट दु:खांना निरनिराळे भयाण, आकार येतात. कल्पनेचे भडक रंग फासले जातात. काहीही असो; पण त्या संभाषणाचा शेवट मी शशांकचा गळा पकडून त्याला फाड्‌फाड् मारण्यात झाला. शशांक मात्र नीट शुद्धीवर होता. त्यामुळे माझी अवस्था ओळखून बिचाऱ्याने हातही उचलला नाही. मग मलाच एकदम पश्चात्ताप झाला आणि मी हुंदके द्यायला सुरुवात केली. भर बारमध्ये... I started sobbing right away. शशांकने मला आवरण्याचा फार प्रयत्न केला; पण माझे हुंदके मला स्वत:लाही आवरत नव्हते. बारमधले लोक पाहत होते. मला हे समजत नव्हते असे नाही. But I had lost control over myself.

आयुष्याची नुसती परवड चालली आहे. मी दिवसेंदिवस नुसता जनावर बनत चाललो आहे. मी खूप प्रकारे तिला विसरण्याचा प्रयत्न करतो. Well, who cares for her? If she never loved me, why should I remember her?

दिवसा आकाशाकडे पाहवत नाही. ते पांढऱ्या रंगाचे पुंजके आणि डोळे जाळणारे ऊन... हा प्रदेश ओसाड आहे. इथे कधी पाऊस पडणार नाही. इथे काही उगवणार नाही. इथे फक्त दगडांच्या खाणी आहेत! खडक! काळा फत्तर!...

- दि. ३ जून

I feel like killing myself. खाणीवरच्या कामाचा वेग हल्ली मंदावला आहे. मजुरांचीही त्यात चूक नाही. घाम नुसता पाण्यासारखा वाहत असताना त्यांनी काम तरी कसे करावे?

खाणीच्या तोंडाशीच दगड उपसून दरीसारखा प्रचंड खड्डा तयार झाला आहे. एखाद्या प्रचंड वासलेल्या जबड्यासारखा तो दिसतो. इथल्या लोकांनी तर त्याचे नाव 'काळमुख' ठेवले आहे. त्याच्या एका कोपऱ्यात पाणी वाहून जाण्यासाठी

'टनेल' काढले आहे. संध्याकाळी या काळमुखावर तांबडा लाईट लावला जातो.

मला काळमुखाचे विलक्षण आकर्षण आहे. चीफ इंजिनिअर म्हणून मी खाणीवर होतो; पण खरे म्हणजे एखाद्या लहान मुलासारखे त्या काळमुखात पाहावे, याची ओढही जबरदस्त असते. आज संध्याकाळी मी तिथेच उभा होतो. सूर्याच्या शेवटच्या किरणांनी सगळा आसमंत पेटल्यासारखा सोनेरी दिसत होता. लाल दिवे लागत होते, विझत होते. दूरवर कामकऱ्यांच्या पालांमधून मशालींच्या, कंदिलांच्या प्रकाशाचे काजवे लुकलुकत होते. माझ्या डोळ्यांसमोर एक चित्र तरळू लागले. मी लोळागोळा होऊन काळमुखाच्या तळाशी पडलो आहे. सगळे कामगार जमले आहेत. कुणीतरी शशांकला वर्दी दिली आहे. तो धावत आला आहे. माझ्यासाठी हळहळत आहे. पण मला काय त्या हळहळीचे? मी सगळ्या सहानुभूतीच्या, फसवणुकीच्या दु:खाच्या पलीकडे...

एकाएकी मला पलीकडच्या बाजूला एक आकृती दिसली. तो शशांकच होता. मला पाहताच माझ्याकडे येऊन त्याने मला मिठी मारली आणि मागे ओढले. म्हणाला, कारखानीस, या वेळी इथं येत जाऊ नकोस. ही जागा भयंकर आहे!'

मी नुसता विस्फारित नजरेने त्याच्याकडे पाहत राहिलो. तो म्हणाला, 'गेल्या तीन संध्याकाळी माधवी मला इथं घेऊन येते – माझ्या मनाविरुद्ध. नाइलाजानं मी निघतो. तिच्यामागोमाग भारल्यासारखा इथवर येतो.'

'कशासाठी आणते ती तुला इथं? काय म्हणते?' मी त्याला विचारले.

शशांक बराच वेळ गप्प राहिला. सांगणे त्याच्या जिवावर येत असावे किंवा सांगायला शब्द सापडत नसावेत. मग बऱ्याच वेळाने तो इंग्रजीत म्हणाला, 'She doesn't say anything. She just makes love to me.'

मी आत्महत्येचा निश्चय पक्का केला आहे.

- दि. ५ जून

उद्या दि. ६ जून रोजी. सायंकाळी ७ वाजता. 'काळमुख.'

-

दि. ६ जून

आज सकाळी जाग आली तेव्हा मनाशी म्हटले की, आजचा जगातला शेवटचा दिवस. काय गंमत आहे पाहा! जन्मलो कुठे आणि मरणार कुठे! कशाचा काही संबंध? माधवी दुसऱ्या जगात तरी भेटेल की तिथेही माझा तिटकाराच करून तोंड दाखविणार नाही, कुणास ठाऊक! आयुष्याचा खूप वेळ Philosophically विचार केला. अंथरुणात पडल्यापडल्याच.

ऑफिसात गेलो तेव्हा कळले की, शशांक आलेला नाही. वास्तविक आज मला त्याच्याशी खूप बोलण्यासारखे होते. आज जाताना निरोप घ्यायला उभ्या जगात माझा तोच एक स्नेही होता.

चौकशी केली तेव्हा कळले की चार तारखेपासून तो कामावर येत नाहीय. माझा समज असा होता की, तो ऑफिसात न येता परस्पर खाणीवरच जात असेल. न राहवून मी त्याच्या घरी गेलो. दार नुसते लोटलेले होते. मी ते ढकलताच शशांक केवढा दचकला! मला पाहून तो थोडा relieved झाला; पण बोलला मात्र नाही. अंथरुणातच तो बसला होता. मधूनमधून आजूबाजूला पाहत होता. त्याच्या डोळ्यांत विलक्षण भीती होती. मी त्याला विचारले, 'तुला माधवी दिसली का?' तेव्हा त्याने मला गच्च धरून ठेवले. कितीतरी वेळ तो तसाच बसून राहिला.

मग माझ्या लक्षात आले की, दोन दिवसांत त्याने काही खाल्लेले नाही, अंघोळ केलेली नाही, काहीच केलेले नाही. हालचाल करण्याचीही त्याला भीती वाटत होती. मी त्याला खाऊ घालण्याचा खूप प्रयत्न केला; पण त्याची दातखीळ गच्च बसली होती. पाणीसुद्धा पाजले तर ते ओठांवाटे खाली गळत होते. मग मात्र मी घाबरलो. त्याच्याकडे कुणाला तरी बसवून मी डॉक्टरकडे गेलो. डॉक्टरांनी त्याला तपासून हॉस्पिटलमध्ये हलविण्याचा सल्ला दिला. खाणीपासून जवळच कामगारांसाठी एक तात्पुरते हॉस्पिटल बांधलेले आहे. तिथे त्याला हलविण्यात आले. एका स्पेशलिस्टलाही तारेने बोलाविण्यात आले.

सगळे आटोपेपर्यंत आठ वाजले. मी घरी यायला निघालो आणि मला माझा आजचा निश्चय आठवला. Well, आता निदान शशांक बरा होईपर्यंत तरी मला जगणे भाग होते. इथे त्याला माझ्याशिवाय दुसरे होतेच कोण?

एकाएकी माझ्या अंगावर पाण्याचे चार थेंब पडले. मी वर पाहतो एवढ्यात सडासडा पाऊस कोसळू लागला. ओहो! अखेरीस पाऊस आला; आणि आला तो गडगडाट, कडकडाट करीत. वाटेत कुठे आडोसाही नव्हता आणि असता तरीही मी भिजतच राहिलो असतो. इतक्या दिवसांच्या उन्हाळ्यानंतर हा वर्षाव – पहिला पाऊस ही नेहमी परमेश्वरी कृपा वाटते. क्षणभर माझे मन सगळ्या चिंता, सगळी दु:खे विसरून गेले. कुठेतरी वीज चमकली. पावसाचा जोर एकदम वाढला. खरपूस पोळलेल्या मातीचा सुवास डोक्यात चढला. मी पळतच घरी आलो.

दाराला कुलूप होते; पण खोलीत कसला तरी खाड्खाड् आवाज होत होता. मी कुलूप काढले. खिडक्यांची तावदाने फाड्फाड् आपटत होती. खिडकीशीच माझे टेबल आहे. त्यावर माझी डायरी होती. शेजारीच आणखी एक डायरी होती.

ही कुणाची डायरी? इथे कशी आली?

डायरीचे कव्हर ओले झाले होते. मी ती उघडली. पहिल्या पानावर शशांक मुजुमदारचे नाव होते.

शशांक मुजुमदारची रोजनिशी

- दि. १० मे

माधवी गेल्याचे दुःख मलासुद्धा झाले; पण तिच्या त्या शामळू नवऱ्याइतके नाही. खरे तर माधवी मला पूर्वीच मेली होती. तिने मला जेव्हा झिडकारले, तेव्हाच तिचा-माझा संबंध संपला. पुन्हा कधी-काळी ती मला भेटेल, अशी आशाही मला नव्हती. अचानकपणे ती भेटली तेव्हा चांगली वागली आणि तिने मैत्रीचे संबंध जोडले. तरीसुद्धा तिचा माझ्या-विषयीचा तिरस्कार पूर्णपणे गेला असेल की नाही, याची शंकाच आहे.

तिच्या नवऱ्याचे मात्र तिच्यावर फारच प्रेम होते. तो तसा बावळटच आहे. त्याला छक्केपंजे काही कळत नाहीत. सांगितलेले सारे काही खरेच वाटते. त्याचा हा सरळपणा पाहून मी माझा दुखावलेला अहंकार दुरुस्त करण्याची संधी घेण्याचे ठरविले. अनेक लहानमोठ्या प्रसंगांतूनच मी त्याला सुचविले की माधवीला माझ्याविषयी आकर्षण वाटते. त्याला असे भासविताना काही काळ तरी माझ्या मनाला, खोटे का होईना, पण समाधान लाभत असे.

पण कारखानीस इतका भोळा की, या सूचना कधी त्याच्या लक्षातच आल्या नाहीत. त्याने कधी बायकोचा संशय घेतला नाही.

माधवी गेल्यानंतर मात्र मला एक अभिनव कल्पना सुचली. तसा मी जन्मतःच फार कल्पक आहे. आजवर लोकांनी जिवंत माणसांविषयी संशय निर्माण केले असतील; पण मी मृतावर संशय आणणार आहे. कारखानीसचे आपल्या बायकोवरचे वेडे प्रेम ढासळून टाकून, माधवीने मला झिडकारून त्याच्याशी लग्न केल्याचा सूड मी घेणार आहे. माधवीच्या प्रेमाविषयी जेव्हा त्याच्या मनात शंका निर्माण होईल आणि फसवणुकीच्या या दुःखात तो होरपळून निघेल, तेव्हाच माझा ठणकणारा अहंकार शांत होईल.

आज पहिला स्फोट झाला. माधवी मला दिसल्याचे मी त्याला सांगितले. त्याचा त्यावर विश्वास बसल्याचे दिसले. याच कल्पनेचे आणखी चार-दोन वळसे दिले की त्या दोघांमध्ये कायमचा अंतराय निर्माण झाल्याशिवाय राहणार नाही.

- दि. २० मे

आज दुसरा स्फोट! सुरूंग लावल्यावर खडकसुद्धा फुटतो. कारखानीसचे मन तर नुसते लोणी आहे. महिन्यापूर्वी माधवीने माझ्याकडे तिची अंगठी दिली होती. लग्नाच्या दुसऱ्या वाढदिवसाचे प्रेझेंट म्हणून तिला त्याच नक्षीची पण त्याच्या मापाची अंगठी करून हवी होती. त्याला ते प्रेझेंट देऊन चकित करायचे असल्यामुळे हे त्याला माहीत असणे शक्यच नाही. माझ्याकडे इतके दिवस पडून राहिलेली ती अंगठी आज उपयोगी आली.

मी चांगला नट आहे, हे कारखानीसला कबूल करावेच लागेल – अर्थात सत्य कळल्यानंतर! पण त्याला सत्य कळणे शक्यच नाही; कारण ते एकट्या मलाच ठाऊक आहे.

- दि. २७ मे

जयंत कारखानीस आता पुरताच पोखरून निघाला आहे. त्याचे दारू पिण्याचे प्रमाणही भलतेच वाढले आहे. कमाल आहे बुवा! बायकोने फसविले तर त्यात इतके आयुष्यातून उठण्यासारखे काय आहे? आणि ते फसविणेही खरे नसताना! म्हणा आता, तो मला खरोखरीच माधवीचा प्रियकर समजू लागला आहे. एकूण माधवीच्या मृत्यूनंतर का होईना, पण हे स्थान मला मिळाले तर! तिच्या नवऱ्यानेच ते दिले; याहून अधिक मोठा गौरव तो काय व्हायचा?

काल मध्यरात्री अचानक जाग आली – जयंत कारखानीस 'काळमुखा'त उडी टाकून आत्महत्या करीत आहे असे स्वप्न पडून. मग विचार आला : त्याने खरोखरीच असे काही केले तर? मला तो मरायला नको आहे. जिवंतपणीच त्याला होत असलेल्या यातना मला पाहायच्या आहेत.

माधवीचा आत्माही जर हे पाहत असला तर... अमानुषावर माझा विश्वास नाही; परंतु...

माधवी खरोखरच मला भेटली तर?...

या विचाराने मला रात्रभर झोप लागली नाही.

- दि. ३० मे

आज बारमध्ये कारखानीस ओक्साबोक्शी रडला. महिन्याभरापूर्वीच हा माणूस अतिशय शिस्तीचा म्हणून ओळखला जात असे. आता काय राहिले त्यातले?

त्याचे हुंदके अजून कानांत घुमताहेत.

दि. ३१ मे

काल रात्री एकाएकी दचकून जागा झालो. कुणीतरी हुंदके देत होते. प्रथम वाटले, केवळ भास असेल; पण हुंदके अगदी जवळ, माझ्या पलंगाशीच ऐकू येत होते. मी कसेबसे उठून दिवा लावला. खोलीत कुणीच नव्हते; पण हुंदके कमी झाले नाहीत. मी पळत दरवाजाशी गेलो; पण बाहेर जाण्याची अधिकच भीती वाटू लागली. मी परत आलो आणि ओरडलो – 'थांबा! थांबा! आजपासून मी त्याला खोटं सांगणार नाही.' हुंदके एकदम थांबले. मी बिछान्यावर अंग टाकले. मला गाढ झोप लागली.

सकाळी उठल्यावर एकदा वाटले की हे स्वप्न होते; पण खोलीतला दिवा अजूनही जळत होता. काय प्रकार होता, काही समजले नाही; पण मला वाटते, हा माझ्याच मनाचा चाळा होता.

– दि. २ जून

आज सकाळी खोलीत एक कागदाचा तुकडा मिळाला. त्यावर दोनच वाक्ये लिहिलेली होती :

'कारखानीसच्या जिवाशी खेळू नकोस. कठीण जाईल.'

खाली सही नव्हती. अक्षर अत्यंत ओळखीचे वाटत होते; पण कुणाचे ते आठवत नव्हते. मग एकदम ध्यानात आले.

– ते माझे स्वतःचेच अक्षर होते!

– दि. ३ जून

आज मला मोह आवरला नाही.

काळमुखाशी उभा असलेला कारखानीस मला दिसला. मला एकदम माझ्या स्वप्नाची आठवण झाली. कदाचित तो उडी टाकील, असे वाटून मी धावत गेलो आणि त्याला गच्च धरून ठेवले.

पण त्याने 'काय झाले?' असे विचारताच मी माझे वचन विसरलो. एकदम मला खोटे बोलण्याचा मोह झाला. मी एक घाणेरडी सुरस कथा रचून त्याला सांगितली. त्याच्या जिवाचे पाणीपाणी झाले. मला विलक्षण समाधान वाटले.

– पण त्याच क्षणी मला एक अनामिक भीती वाटू लागली. आपण केले त्याचे फळ आजच भोगावे लागणार असे वाटू लागले. घरात पाऊल टाकण्याचीही भीती वाटू लागली. हा खेळ सुरू झाला तेव्हा तो फार सोपा वाटला होता. कारखानीस तो इतका मनाला लावून घेईल, असा झुरणीला लागेल, असा आयुष्यातून उठेल, असे वाटले नव्हते. हे फार भयंकर आहे!... फार भयंकर आहे!

जगात कुणाची अशी घोर फसवणूक होऊ नये! पण कारखानीसची झाली तर काय झाले? नाही तरी मला सूडच घ्यायचा आहे ना?

पण मग ही कुणाची मनस्वी भीती मला वाटते आहे?

आत्ता हे लिहिताना मी एकसारखा वळून भिंतीकडे पाहत आहे. त्या भिंतीतून, मी पहिल्या वेळी जयंताला सांगितल्याप्रमाणे माधवी येईल, असे एकसारखे वाटते.

आज ना उद्या ती मला कुठेतरी भेटणार खास. झाडाखाली, खाणीशी, घरात... त्याचा मी जो छळ केला त्याबद्दल मला जाब विचारणार!

माधवी, मी चुकलो!

- दि. ४ जून

काय करू मी? कुणीतरी माझ्याकडे सारखे रोखून पाहत आहे. मी हे लिहीत असताना... ते अक्षरन् अक्षर वाचते आहे... मी थोडीशी हालचाल केली तर ती नजर हलते. ती नजर चुकवून मी जाऊ तरी कुठे?

कारखानीस जर आला तर बरे होईल. त्याला हे सारे सांगून टाकावे का? ही भीती... हा नजरेचा पहारा... तो करील का मला सोबत?

पण त्याला हे सारे कुठल्या तोंडाने सांगू? नाही! नाही! प्राण गेला तरी हे त्याला कळता कामा नये. एकदा माझा अपमान झाला – आणि आताही मी इतका हलकटपणाने वागलो, हे त्याला तरी कळता कामा नये; त्याला तर कळताच कामा नये...

मग इथे दुसरे आहे कोण? कोण मला सोबत करील? परमेश्वरा, मी हे काय लिहीत आहे? माझे डोके तरी शाबूत आहे ना? आणि – आणि हे काय?... कुणीतरी वाचवा! हे समोर...

माध...!

जयंत कारखानीसची रोजनिशी

- दि. ८ जून

शशांकची डायरी पुढे कोरी होती. ती अशी अर्धवट का संपविली होती, हे सांगणे कठीण!

ती डायरी वाचून मला विलक्षण आनंद झाला. माझी माधवी मला परत मिळाली होती. Madhavi, Please forgive me.

मला शशांकची कीव आली. त्याचे वागणे चुकले हे खरेच; पण त्याचे शासन त्याला मिळतेच आहे. बिचाऱ्याचे मन त्याला खात असेल, हेच खरे; नाहीतर ते भास कसे होतील?

आज संध्याकाळी मी त्याला बघायला हॉस्पिटलमध्ये जाणार होतो. त्याला सांगणार होतो की, 'घाबरू नकोस. मी तुला क्षमा केली आहे. आता कुणी तुला काही करणार नाही.'

पण मी दाराबाहेर पडलो, तोच काही कामगार धावत आले आणि मला खाणीवर घेऊन गेले.

तिथले दृश्य पाहून माझ्या अंगावर काटा आला. माझ्या डोळ्यांसमोर नेहमी तरळणारे दृश्य मला आता प्रत्यक्ष दिसत होते. फरक इतकाच की तिथे माझ्याऐवजी शशांक होता.

'काळमुखा'च्या त्या खंदकात त्याचा छिन्नविच्छिन्न देह पडला होता. भोवती रक्ताचा सडा पडला होता. अंगावरच्या हॉस्पिटलच्या कपड्यांच्या चिंध्या झाल्या होत्या...

हॉस्पिटलमधून तो तिथे कसा गेला हे कुणीही सांगू शकले नाही.

चार-पाच दिवसांपूर्वीच तो मला म्हणाला होता, 'या वेळी इथं येत जाऊ नकोस. ही जागा भयंकर आहे... माधवी मला इथं घेऊन येते. मनाविरुद्ध... भारल्यासारखा मी तिच्यामागं येतो...' पण ते सारे खोटे होते, असेच त्याच्या डायरीत नव्हते का? हॉस्पिटलमधल्या नोकरांचा डोळा चुकवून तो पळाला असेल. भीती असह्य होऊन त्याने आपण होऊन उडी टाकली असेल किंवा पावसाने दगड सुळसुळीत झाल्यामुळे त्याचा पाय घसरला असेल...

मला तरी माझी माधवी कुणाला शासन करील असे वाटत नाही. She was very tender... far too tender...

मग शशांकला अलीकडे जे भास होत, जी भीती वाटे, ती? That must be the poor fellow's conscience biting him.

कल्पनेचे खेळ झाले! नाहीतर दुसरे काय असणार?...

एक गोष्ट मात्र विचार करूनही लक्षात येत नाही. मला सत्य कळावे यासाठी शशांकची डायरी त्या मुसळधार पावसात माझ्याकडे कुणी आणून टाकली असेल?

खरेच, कुणी आणून टाकली असेल?...

■

कळकीचे बाळ

: १ :

डोंगरकपाऱ्यात ती वस्ती होती. पाहणाऱ्याची नजर फाटेल असे उंच उंच, आभाळाला टेकलेले डोंगर. चहू बाजूंनी त्यांचा त्या वस्तीवर पहारा होता. नजर टाकावी तिकडे प्रचंड उभे सुळके आणि काळ्याकभिन्न कपारी दिसत. वस्तीच्या चारी बाजूंनी वेढलेले जंगल असे घनदाट, की बाहेरगावचा परका वाटसरू वाट चुकून वेडावून गेला असता. वेड्यावाकड्या वाढलेल्या झाडांची मजबूत मुळे आणि वेलींची जाळी अजगरांसारखी वाटेत पसरलेली. भर दुपारी तिन्हीसांजा आणि कातरवेळी अवस वाटेल असा अंधार जंगलभर पसरलेला असायचा. असल्या अक्राळविक्राळ डोंगराजंगलांत ती धिटुकली वस्ती होती. वस्ती मूठभर लोकांची; पण लोक रानदांडगे, अडाणी. काळ्याशार रासवट शरीराचे. खडकासारखे, झाडाच्या खोडासारखे मजबूत, चिवट.

या वस्तीत कळकी नावाची एक तुकतुकीत काळ्या, लोखंडी कांबेसारख्या शरीराची, पण मोहक चेहऱ्याची तरणी बाई राहत असे. लगीन होऊन सात वर्षे झाली तरी तिला काही मूल होत नव्हते. आसपासच्या लेकुरवाळ्या बायकांकडे पाहून कळकी हेव्याने गुदमरायची. कसेही पोर असो, पण कूस एकदा उजवो, असे लाख वेळा कुळस्वामिनीला आळवायची. कुणी पोरावर हात उगारला की तिचा जीव कळवळायचा. म्हणायची, 'माझं पोर लुळंपांगळं असलं आणि त्यानं रडूनओरडून जिवाला कहार केला, तरी मी त्याला मारलं तर माझे हात चूलखंडात जातील!' तिला अन्न गोड लागत नसे की स्वस्थ नीज येत नसे. पहाटेपासून रात्रीपर्यंत तिच्या डोक्यात एकच विचार काय घोळायचा तर – मला मूल केव्हा होईल, त्याला कडेवर घेऊन मी सतरा घरी कशी मिरवेन आणि त्याला खाऊपिऊ घालून मोठे कसे करीन. कुणाच्या घरात केळी लागल्या नि ताशा-चौघडा वाजायला लागला की हिचा पहिला विचार काय तर – आता यांच्या अंगणात पोरं बागडतील आणि मी कपाळकरंटी सात वर्षं रिकाम्या घरात जखिणीसारखी राहते. मनात म्हणायची की, 'जीव नसलेल्या झाडापेडांनासुद्धा फळं धरतात आणि कुत्रीलासुद्धा पिलांचं लेंढार होतं, तर परमेश्वरानं माणसाच्या जातीला घालून मलाच तेवढी वांझ का ठेवली?' पाऊस-पाण्याविषयी बोलणे निघाले तरी कळकीची कथा शेवटी पोर नसण्यावरच

जायची. बायका तोंडाला पदर लावून तिला फुसुफुसू हसायच्या. पुरुषमाणसे कीव करायची, तर सारी वस्ती म्हणायची की कळकीचे डोके ठिकाणावर नाही. पोरबाळ नाही म्हणून ती वेडी झाली. कळकीच्या दादल्याला काही मूल नको होते असे नाही; पण तो असा तिच्यासारखा वेडाखुळा झालेला नव्हता, की कामधंदा सोडून दिवसभर बैस आपला मूल-मूल करीत! तो तिची पुष्कळ समजूत घाली. म्हणे, ' लोकांची पोरं तरी काय सगळी चांगली निपजतात? जन्मभर घेणेकऱ्यासारखं घे-घे घेऊन शेवटी वैरी होतात आणि मग त्या आईबापांचे हाल कुत्रा खात नाही. मग म्हणतात, नसती मुलं तर बरं झालं असतं. आपल्याला काय कमी आहे? आणि देव तरी सगळ्यांना सगळं कुठं देतो?' कळकी काही बोलायची नाही; पण मनात म्हणायची, 'मेल्या खडकासारखा तू! खडकाला कधी पोरं होतात? काय दिलंयस रे तू मला? खाणंजेवणं तर दारच्या गडीमाणसालाही देतो आपण. त्यापेक्षा हाणमार केली असतीस आणि ओटीत एक पोर घातलं असतंस तर सगळं सुख पावलं असतं. मी अशी वेडीबागडी ठरले नसते. वस्तीतल्या बायाबापड्यांनी मला बघून पोरांना पदराआड केलं नसतं...' असले दुःखदेणे विचार करीत ती रात्ररात्र जागून काढी. डोळे सुजेपर्यंत रडत राही.

नवससायास तिने कमी केले नाहीत. साधू झाले, पंचाक्षरी झाले. गंडे, दोरे, मंत्र झाले. देवळातले देव झाले. तिठ्यावरचे देवचार झाले. अंगारेधुपारे झाले. उपासतपास झाले. कुणी सांगावे – पिंपळावर मुंजा आहे, त्याला गाऱ्हाणे घाल. कुणी म्हणावे – बाळंतीण जाळली आहे, तिथली राख लाव. हजार लोकांचे हजार उपदेश! कळकीने सारे करून पाहिले. दिवसेंदिवस झिजून ती बाभळीच्या काटकीसारखी बारीक झाली आणि चेहरा सात दिवसांच्या तापकरणीसारखा दिसू लागला. वेणीफणीसुद्धा रोज करीतच असे, असे नाही. संसाराला विटल्यासारखा अवतार करून ती आपल्या नशिबाला बोल लावीत वस्तीभर हिंडायची.

एके दिवशी तिन्हीसांजेला गुरेढोरे गोठ्यात परतल्यानंतर वस्तीतली एक ओवाळून टाकलेली, थरथर कापणारी म्हातारी येऊन एक अघोरी उपाय सांगून गेली. तो उपाय ऐकताच कळकी लाकडासारखी ताठ झाली. भीतीने तिच्या जिवाचे पाणीपाणी झाले. दादल्याला त्याविषयी काही सांगण्याचा तिला धीर झाला नाही. तो उपाय करावा – न करावा, काही समजेना. पण म्हातारीने खात्री दिली होती, मूल होण्याची आशा दाखविली होती. नाहीतरी सगळे बरेवाईट उपाय करून झालेच होते. तेव्हा हादेखील करावा, म्हणजे जिवाला हुरहूर राहणार नाही,असे कळकीने ठरविले. अवसेला अर्धी रात्र टळल्यावर ती गुपचूप नदीवर निघाली. कमरेला तिने एक लहानशी सुरी लावली होती. सगळीकडे सामसूम होते. धरती आकाश सारे काजळाने सारवल्यासारखे झाले होते. तरी कुणी आपल्याला पाहील किंवा आपल्यामागे

दादल्याला जाग येईल, अशी भीती कळकीला वाटतच होती. होताहोता ती नदीवर पोहोचली. जिथे लहान मुलांची प्रेते पुरत असत, त्या बाजूला गेली. खुणेचे असंख्य पांढरे दगड स्मशानभर पसरले होते. कळकी त्या दगडांकडे पाहतापाहता गहिंवरली. इतकी चिमणी बाळे मोठी होण्याआधीच जग सोडून गेली होती. ही पहाडांची, हिरव्या जंगलांची दुनिया त्यांनी काय पाहिली होती? आईच्या मांडीवर खेळता-खेळताच उठून त्यांना इथे यावे लागले होते, ते आईने कितीही आक्रोश केला तरी परत न जाण्यासाठी. कळकी एकदम हळवीहळवी बनली. तिचा सगळा धीर ढेकळासारखा विरघळला. ती सगळी बाळे मातीतून उठून बसतील आणि टाहो फोडतील, अशा कल्पनेने ती शहारली. पण अधिक वेळ उभे राहून चालले नसते. कुणाच्या लक्षात येण्याआधी परत जायला हवेच होते. कळकीने लगबगीने एका ठिकाणचा खुणेचा दगड बाजूला केला व सुरीने उकरले. आतमध्ये एक बाळ नुकतेच झोपल्यासारखे पडले होते. कळकीने त्याला बाहेर काढले आणि त्याच्या खऱ्या आईनेसुद्धा घेतले नसेल इतक्या मायेने त्याला जवळ घेतले. तिची छाती तटतटू लागली. तिने ती उघडी केली आणि त्याच्या निष्प्राण ओठांजवळ धरली. क्षणभरच तिने आजूबाजूला पाहिले. दूरवरून फक्त निधड्या छातीचे पहाड पाहत होते आणि त्या अर्भकांच्या स्मशानात कळकी एक मेलेले बाळ पदराखाली घेऊन बसली होती. त्याचे जावळ कुरवाळीत होती. त्याचे मुके घेत होती. नाहीतरी कुणी आपले जिवंत बाळ कधी तिच्या पदराखाली देणार होते का?

हळूहळू कळकीला आपल्या कामाचे भान आले. सगळी माया आवरून, असेल-नसेल तो कठोरपणा गोळा करून, भरल्या डोळ्यांनी तिने सुरीने त्या प्रेताची उजवी करंगळी कापून घेतली, ती कनवटीला लावली आणि हजार मुके घेत तिने तो थंड गोळा त्या खड्ड्यात ठेवला. वर माती लोटली, पोटचा गोळा खड्ड्यात ठेवावा, तशा अनावर दुःखाने डोळे टिपले आणि त्या काजळफासल्या वाटेने ती घरी परतली.

सकाळ होताच ती थरथर कापणारी म्हातारी येऊन करंगळी घेऊन गेली. दोन दिवसांनी तिच्यावर कसलातरी मंत्र घालून घेऊन ती आली. ती करंगळी रोज कनवटीला लावायला कळकीला सांगून ती गेली. त्या दिवसापासून कनवटीला करंगळी लावूनच कळकी सारे व्यवहार करू लागली. तिला पुन्हा आशा वाटू लागली. ती मनात म्हणे, 'परमेश्वरा, हा अघोरी उपाय तरी लागू पडू दे. थरथर कापणाऱ्या त्या थेरडीचे, तिन्हीसांजा गुरे गोठ्यात गेल्यानंतरचे बोल तरी खरे ठरू देत.'

आणि चमत्कार म्हणा, योगायोग म्हणा, किंवा कधीकधी अगदी कर्मदरिद्री माणसाचे हातपाय पसरून पडलेले नशीबसुद्धा उठून चालायला लागते, त्यातला प्रकार म्हणा, पण कळकीला दिवस गेले. कळकीने केलेल्या त्या अघोरी उपायांचाच तो प्रभाव होता, की आजवर तिने केलेल्या नवससायासांनी कुठला तरी देव पावला

होता, हे सांगता आले नसते; पण कळकीची ओटी भरण्याची चिन्हे दिसू लागली एवढे खरे. कळकीने गुपचूप त्या थेरडीला पहाटेसच घराच्या पाठीमागच्या बाजूला बोलावून घेऊन लुगडे-चोळी दिली. कळकीला मुळी स्वर्ग हातात आल्यासारखा आनंद झाला होता. तिचे मावळलेले हसू परत आले. पूर्वीसारखी ती पोरांकडे अधाशीपणे पाहीनाशी झाली. त्यांच्या आयांकडे जाऊन वचावचा नशिबाला दोष देत बसेनाशी झाली. कित्येक महिन्यांत तिला पहिल्यानेच शांत झोप लागू लागली. तान्ह्या, हसऱ्या बाळांची स्वप्ने पडू लागली.

एकदा तिला एक भयंकर स्वप्न पडले. नदीकिनारी एक बाळ हसत पडले आहे आणि आपण त्याला सुऱ्याने भोसकत आहोत, असे. ती किंचाळत खडबडून जागी झाली. त्या रात्रीपासून कळकीचे सुख ओहोटीला लागले. तिला एकसारखी वेडीवाकडी स्वप्ने पडू लागली. आपण होडीतून चाललो आहोत आणि समोरून प्रचंड करवतमासा आल्याची. कडा तुटून दरीत कोसळल्याची, घर पुरात वाहून चालल्याची, कर्रकर्र दात खात कुणी जवळ आल्याची. त्यामुळे झोप स्वस्थ लागत नसे. पोटात असे ढवळे की, जीव जातोसे वाटे. अन्न जात नसे आणि आतून तर कुणी आतडी कुरतडून काढी. बेदम झोडपल्याप्रमाणे ती एका कोपऱ्यात पडून राही आणि तिचा दादलाच काय तो वस्तीभर हिंडून आपण बाप होणार असल्याचे मिरवून येई.

अशा सगळ्या कळा सोसून अखेरीस कळकी बाळंत झाली. बाळंतपणात तर तिला अशा काही विलक्षण यातना झाल्या की आपण आता मूल पाहायला वाचत नाही, अशी तिची खात्री झाली. करवतीने कुणीतरी पोट चिरते आहे, असे तिला होत होते. आसपासच्या आयाबाया घरभर जमल्या होत्या. तिला धीर देत होत्या. मूल दिसायचे तर या सगळ्या दिव्यातून जायलाच हवे, असे सांगत होत्या. मूल दिसण्याच्या कल्पनेने बिचारी कळकी त्या यातनांतही पुसटसे हसत होती. कुणाला कधी झाल्या नसतील अशा वेदना तिला होत होत्या; पण मुलाला पाहण्याचा आनंदही मनात दाटला होता. तिचा दादला बाहेर येरझारा घालत होता. दूरच्या डोंगरकड्यांकडे बघत होता.

आणि एकदम असा टाहो ऐकू आला की सगळ्यांनी कानांत बोटे घातली. तो टाहो नव्हताच. हिंस्र आरोळी असावी तसे ते रडणे होते. कळकीचा दादला आत धावला. एक बोडकी म्हातारी पुढे आली आणि तिने त्याला अडविले. सगळ्या बायका स्तब्ध झाल्या. मग कुणीतरी मूल बाहेर आणले. त्याला बघताच सगळ्यांच्या तोंडून एक आश्चर्याचा आणि भीतीचा चित्कार उमटला. कारण ते मूल मानवी नव्हतेच! राक्षसी होते.

मूल काळेकुट्ट आणि विद्रूप होते. त्याचे डोके केवढे तरी मोठे होते आणि शरीर एखाद्या लहानशा कुत्र्याएवढे होते. डोळे बटबटीत आणि जन्मत:च उघडे होते. ओठाच्या दोन्ही बाजूंना दोन सुळे होते. बोटांना नखे होती आणि सबंध अंगावर

बारीक काळी लव होती. त्याचा तो कुरूप अवतार पाहून सुईणीसकट सारी माणसे घाबरली. किळस येऊन ती दूर झाली. बाहेर पडली तरी त्यांची आपापसांत कुजबूज चालूच होती. असले आक्रित त्या वस्तीत कुणी दहा पिढ्यांत पाहिले नव्हते. वस्तीवस्तीवर देवाचा काहीतरी कोप ओढवणार असल्याचेच ते अभद्र चिन्ह आहे, अशा धास्तीचे सावट त्यांच्या मनावर पडले. कळकीच्या नशिबाची छी: थू करीत त्या भांबावलेल्या बाया घरोघर गेल्या आणि त्या ईश्वरी कोपाचे वर्णन आपापल्या दादल्यांकडे करीत बसल्या.

कळकीचा दादला संतापाने आणि दु:खाने काळानिळा झाला होता. आपल्या बायकोने आपल्यावर कोणत्या जन्मीचा सूड घेतला हेच त्याला समजत नव्हते; आणि कळकी तर श्रमांनी बेशुद्ध होऊन पडली होती. झाला प्रकार तिच्या गावीच नव्हता. कळकीचा दादला दातओठ खात मनाशी म्हणत होता की, 'शुद्धीवर आल्यानंतर हिच्या मांडीवर आपटतो ते पोर नि म्हणतो, यापेक्षा चांडाळणी, तुला वरवंटा होता तरी चांगलं झालं असतं! हडळ कुठली!' अशा विचारात तो असतानाच कळकी शुद्धीवर आली. शुद्धीवर येताच तिने पहिल्यांदा मागितले ते आपले मूल! मग मात्र तिचा दादला गोंधळला. कुठल्या तोंडाने ते तिला दाखवावे असे त्याला होऊन गेले. वाटले, बघताक्षणी ही जीभ हासडून डोके आपटून प्राण देईल. पण तिने हट्ट धरताच त्याने भीतभीत मूल तिच्यापुढे केले. ते पाहताक्षणीच तिच्या तोंडून एक अस्पष्ट किंकाळी उमटली; परंतु दुसऱ्याच क्षणी तिने त्याला छातीशी घट्ट धरले आणि ती त्याचे पटापट मुके घेऊ लागली.

: २ :

साऱ्या वस्तीला कोडे पडले की कळकीने मांडले आहे तरी काय? त्या राक्षसी पोराला ती जवळ तरी कशी घेते? त्याच्या त्या लव असलेल्या शरीरावरून हात फिरवायची तिला किळस कशी येत नाही? त्याच्या हिंस्र श्वापदासारख्या चमकणाऱ्या डोळ्यापुंढे पाहून तिच्या अंगावर काटा कसा उभा राहत नाही? ते राक्षसी पोर रडायला लागले की ऐकणाऱ्याच्या छातीत धडकी भरेल असे किंचाळते. हसायला लागले की सुळे विचकते. असल्या पोराला उकिरड्यावर फेकून द्यायचे सोडून ही बाई प्रेमाने जवळ घेते! – ही बाई आहे की जखीण? की हिचे डोके साफच फिरले? यापेक्षा पूर्वीचे हिचे वेड खूप बरे होते. डोकेच जिथे फिरले तिथे भीती कशाची वाटणार आणि किळस कसली येणार? – असे सारे लोक म्हणत. कळकीचा दादला त्या पोराला हातसुद्धा लावीत नसे. म्हणायचा, 'ही काय माझी औलाद नाही. हा देवाने पाठविलेला कली आहे. हा माझ्या घरादाराचं वाटोळं करणार. माझ्या पूर्वजांचं हे पाप जिवंत होऊन माझ्या बोकांडी बसलं आहे.' तो असा बोलू

लागला की कळकीला दु:ख होई. ती म्हणे, 'माझ्या बाळाला असं अभद्र नको बोलू.' पण कुणी काहीही बोलले तरी बाळ दिवसेंदिवस वाढतच होते. महिनाभरातच त्याला सगळे दात आले. कळकी त्याला अंगावर पाजे. पण लवकरच ते दूध त्याला पुरेनासे झाले. गाईचे निम्मे दूध त्यालाच लागू लागले. हळूहळू ते कणसे, रोट, भाजी, जे काय मिळेल ते चावू लागले. कळकीला मात्र त्याच्या त्या खादाडपणाचे कौतुक वाटायचे. तिला मुळी ब्रह्मानंदच झाला होता. विद्रूप, राक्षसी असेना का, पण आपल्या पोटी पोर जन्माला आले, याचेच तिला भयंकर अप्रूप झाले! पोर कसेही असले तरी ते मोठे होईल, आपल्याला आई म्हणेल, आपले पांग फेडील, या कल्पनेत ती चूर असायची. तिच्या जणू जन्माचे सार्थक झाले होते.

एकदा पिवळा चंद्र पांढराफटक पडल्यावर कळकी जागी झाली आणि शेजारी बघते, तो बाळ नाही! ती दचकून उठली आणि दिवली लावून पाहू लागली. बाहेर येऊन पाहते, तो अंगणात त्याचा बाप हातांत त्याचे मुटकुळे घेऊन कुठेसा निघालेला. कळकीने धावत जाऊन ते मुटकुळे खेचून घेतले. विचारले, 'कुठे नेत होता?' दादला म्हणाला, 'मसणात. ते काय माणसाचं पोर आहे? राक्षस तो. घरात ठेवून चालायचं नाही' कळकीने उत्तर दिले नाही. पोर जागे होऊन, कानठळ्या बसतील अशा किंकाळ्या फोडू लागले होते. कळकी त्याला घेऊन घरात गेली आणि आंब्यावरची चाळवलेली घुबडे पुन्हा घू घू करीत बसली. दादला कळकीच्या मागून घरात आला आणि तिला बजावू लागला की, 'तू त्याला कितीही पदराखाली घाल; पण वस्ती त्या राक्षसाला इथं ठेवू देणार नाही.'

सगळ्या वस्तीत घरोघर त्या राक्षसाचीच चर्चा चालू होती. लोक जिथेतिथे जमून चर्चा करू लागले. म्हणू लागले की, हा राक्षस वस्तीवर ठेवणे धोक्याचे आहे. जिथे त्याचा बापच त्याला आपले पोर मानायला तयार नाही, तिथे वस्तीने त्याला काय म्हणून जवळ करावे? चव्हाट्यावर बाप्यांची, पाणोठ्यावर बायकांची आणि रात्री शेकोटीजवळ म्हाताऱ्यांची- सुद्धा हीच चर्चा! पोरे त्या राक्षसी बाळाला घाबरत. एकदा मात्र त्यांनी त्याची खोडी काढण्यासाठी त्याच्या अंगावर उंदीर सोडला. तो त्याने मुठीत चिरडून टाकला आणि ते त्याच्याशी खेळू लागले. वस्तीतल्या चार मानकऱ्यांनी एकदा ठरविले आणि गावकी बोलावली. तिथेच कळकीच्या बाळाचे काय करायचे याचा सोक्षमोक्ष लावायचे ठरले. गावकीसाठी कळकीला आणि तिच्या दादल्यालाही बोलावणे गेले. कळकीला हे समजताच ती संतापाने लालबुंद झाली. ती म्हणाली, 'बाळ माझं आहे. वस्तीचं नाही. मी त्याची आई आहे. इतक्या वर्षांनी माझी कूस उजवली म्हणूनच वस्ती माझा दुस्वास करते.' कळकीचा दादला काही बोलला नाही. कळकीचे डोके फिरले आहे, तिचा एकही शब्द समजून घ्यायचा नाही, असेच त्याने ठरविले होते; आणि वस्तीपुढे तो काय बोलणार होता?

अखेरीस सगळी वस्ती चव्हाट्यावर जमली. बायाबापड्यासुद्धा आल्या. चंद्र उगवायला थोडा अवकाश होता. सगळ्यांनी बरोबर पेटत्या चुडी आणल्या होत्या. त्यांचा उजेड चांदण्याहून अधिक पडला होता. जवळच कोनाड्यासारख्या छोट्या देवळात कालीमातेची लहानशी मूर्ती होती. तिच्या पुढ्यात तुपाचा दिवा ढणढणा जळत होता. वस्तीपलीकडचे पहाड सुन्नपणे पाहत होते. कळकीचा दादला तिला घेऊन आला. बाळाला तिकडे आणायचा मात्र तिला धीर झाला नाही.

गावकीने कळकीला सांगितले की, 'तुझं बाळ माणूस नाही. राक्षस आहे. उद्या त्याच्यामुळे वस्तीवर संकट येईल. तेव्हा त्याला मारून टाकणंच ठीक.' तेव्हा कळकी उसळून त्यांना म्हणाली, 'राक्षस तो नाही. राक्षस तुम्ही आहात! आईकडून बाळ ओढून घेणारी तुम्ही माणसं नव्हंत. तुम्ही काय वाटेल ते केलंत तरी मी जिवंत आहे तोवर तुम्हाला आम्हा दोघांना वेगळं करता येणार नाही. त्याला या वस्तीतून नाहीसं करायचं तर त्याआधी माझा प्राण घ्या!' तिचे हे बोलणे ऐकून सगळे चूपचाप झाले. कुणालाच काय बोलावे काही सुचेना. एकदम जमावातली एक झिंज्या पिंजारलेली बाई उठून उभी राहिली आणि म्हणाली, 'तुझा कसा प्राण जाईल? जखीण आहेस तू जखीण! त्या राक्षसाला जन्माला घातलंस! तुला काय माणूस म्हणायचं? जखीण आहेस म्हणूनच कवटाळून बसलीयेस त्या राक्षसाला!' तिचे बोलणे संपायच्या आत आणखी काही बायका उठून बसल्या आणि 'जखीण-जखीण आहे ती!' असे ओरडू लागल्या. मानकऱ्यांनी त्यांना गप्प बसविण्याचा प्रयत्न केला तरीही त्या ऐकेनात. अखेरीस एक वृद्ध मानकरी उठून उभे राहिले आणि संतापाने व दु:खाने धगधगत असलेल्या कळकीला म्हणाले, 'तू त्या राक्षसी मुलाचा नाद सोड. त्याला आमच्या स्वाधीन कर. नाहीतर तू जखीण आहेस असं आम्ही समजू.' त्यासरशी कळकी उसळून म्हणाली की, 'मी तुम्हाला माझ्या बाळाच्या अंगाला बोटसुद्धा लावू देणार नाही. काय म्हणून देऊ? इथली कुठली बाई आपलं बाळ आपल्या हातांनी मरू घालील? असेल ते विद्रूप, पण ते माझं बाळ आहे. मी त्याची आई आहे. माझं नवसाचं बाळ मला हवं, असं मी म्हणते, म्हणून मी काही मी जखीण होत नाही.' तेव्हा सगळ्यांनी गिल्ला करून तिला 'जखीण जखीण' म्हणायला सुरुवात केलीच; पण मानकऱ्यांनी त्यांना शांत केले आणि ते म्हणाले, 'त्या राक्षसाला तू आपलं म्हटलंस म्हणजेच तू जखीण आहेस. नसशील, तर समोर देवी आहे, तिच्यावरचं फूल उचल आणि सांग – मी जखीण नाही.' सगळी आता कळकी काय करते इकडे टक लावून पाहत बसली. कळकीचे मन गलबलून आले. काही क्षण ती तशीच दूरदूरच्या डोंगरकड्यामागून उगवणाऱ्या चंद्राकडे पाहत सुन्न उभी राहिली आणि नंतर देवीकडे मान वळवून न पाहता घराच्या दिशेने चालती झाली. सगळी मंडळी चकित झाली. कळकी देवीवरचे फूल

उचलणार नाही, असे कुणालाच वाटले नव्हते. तिने असे केले याचा अर्थ त्यांच्या दृष्टीने अगदी उघड होता.

देवीवरचे फूल उचलले नाही तर आपल्याला बट्टा लागेल हे कळकीला कळत नव्हते असे नाही; पण त्या क्षणी तिला तसे करण्याचा धीर झाला नाही. तिला एकदम आपण केलेल्या त्या अघोरी कृत्याची आठवण झाली. स्मशानात जाऊन अर्भकाच्या मुडद्याची करंगळी आपण कापली, हेच देवाघरी पाप ठरेल. मग आता कुठल्या तोंडानं देवीवरचं फूल उचलायचं? आपण पापी आहोत. मग देवीच्या पायाला स्पर्श कसा करायचा?... या एकाच विचाराने कळकी फूल उचलायला तयार झाली नाही.

पण त्यामुळे सारा गाव बिथरला. सगळी कळकीला उघडउघड जखीण म्हणू लागली. कुणी तिच्याशी बोलायला तयार नव्हते. साऱ्या वस्तीने कळकीला आणि तिच्या बाळाला वाळीत टाकले. पाणवठ्यावर पाणी भरायची कळकीला बंदी झाली. लांब रानातल्या एका झऱ्याचे पाणी ती दररोज भरून आणू लागली. कळकीच्या दादल्याने तिला आणि त्या राक्षसाला घराबाहेर हाकलून द्यावे, असेसुद्धा त्याला लोकांनी सांगितले. पण त्याने ते मानले नाही. कदाचित त्याला अजून कळकीबद्दल थोडी माया असावी; किंवा तिला हाकलून दिल्यास ती आणि तिचे बाळ आपल्यावर काहीतरी जादूटाणा करतील, अशी अस्पष्ट धास्तीही त्याला वाटत असावी. कळकी जखीण असल्याचे वस्तीत जाहीर झाल्यापासून त्याला तिची भीतीच वाटू लागली होती. कळकी मात्र या कशाकशाची पर्वा करीत नव्हती. देवळे, पाणवठा, बाजार – सारे तिला बंद होते; पण नसते तरी तिला कुठे बाहेर पडता आले नसते. कारण ती दिसताच लोकांची तिच्याकडे बोट दाखवून चर्चा सुरू होई. लहान मुलेही तिला वाकुल्या दाखवीत. पण साऱ्यासाऱ्याकडे कळकीने पाठ फिरविली होती. दिवसभर ती त्या घरात भुतासारखी बसून राहायची. पण तिचे बाळ तिथे होते आणि तोच तिचा स्वर्ग होता. तिला आता दुसरे कुणीच नको होते. टाकीना वस्ती वाळीत! तिचे बाळ तर तिच्याजवळ होते! त्या बाळासाठी या वस्तीचीच काय, पण सबंध जगाचीही गैरमर्जी तिने सोसली असती. बट्टा लागला होता; पण त्याचे काय मोठे? आज ना उद्या बाळ मोठा झाला असता, आणि आईच्या अपमानाचा बदला त्याने घेतला असता. तिने त्याच्यासाठी जे सोसले त्याची दुपटीचौपटीने भरपाई केली असती.

पण नुसते कळकीला वाळीत टाकून वस्ती काही स्वस्थ बसलेली नव्हती. सर्वांपेक्षा चार उन्हाळे-पावसाळे अधिक पाहिलेली चार माणसे एकत्र जमली आणि त्यांनी ठरवले, की आता हे संकट समूळ नाहीसे केल्याशिवाय काही राहायचे नाही. जन्मल्यापासून महिनाभरात तो राक्षस जर इतका डुकरासारखा वाढला, सगळ्या दातांनी जर कणसे खाऊ लागला, तर आज ना उद्या वस्तीला भारी झाल्याशिवाय

राहणार नाही. हे अवलक्षण होईल तेवढ्या लवकर नाहीसे करायला हवे, असा विचार करून त्यांनी एका रात्री वस्तीतले पाच-दहा हुशार गडी जमविले. सगळ्यांनी काठ्या घेतल्या, एकाने बंदूक घेतली आणि चांदण्यामध्ये त्यांनी कळकीच्या घराचा दरवाजा ठोठावला.

: ३ :

दार खडखडताच सावध झोपलेली कळकी जागी झाली. ती मनाशी समजली. तिचा दादला उठला. दार उघडून अंगणात लोकांना सामोरा गेला. त्यांची थोडी बातचीत झाली आणि तो परत फिरला. दार ढकलून त्याने बायकोला साद घातली तर ओ नाही. म्हणून त्याने आत जाऊन पाहिले तर तिचे अंथरूण रिकामे. तो परत फिरला आणि त्याने सगळ्यांना हात जोडून ही बातमी दिली. पण कुणाला खरे वाटेना. ते सगळे आत घुसले आणि काठ्या खडखडावीत सगळ्यांनी घरभर धुंडाळून पाहिले. पण कळकीचा पत्ता नाही की त्या राक्षसी पोराचाही नाही. पण त्यांनी सोक्षमोक्षच लावायचा ठरविला होता; म्हणून ते तसल्या पांढुरक्या चांदण्यात सगळीकडे शोधाशोध करू लागले. घर शोधून झाले. आड पाहिला. मांगर पाहिला. गोठा पाहिला. मागचा झाडझाडोरासुद्धा शोधला; पण कळकीचा आणि तिच्या बाळाचा पत्ता लागला नाही.

मग ते जंगलात घुसले. रात्र शांत होती, जंगल किर्रर होते आणि प्रहर नागफुरशांचा, भुताखेतांचा होता. तरीही तो घोळका काटेकुटे, दगडगोटे तुडवीत चालला होता. त्यांच्या पायांना डोळे फुटले होते आणि हात शिवशिवत होते. हसत, बडबडत, काठ्या आपटीत ते चराचरा चालत होते आणि एकीकडे त्यांचे कान त्या शांततेत कुठला आवाज ऐकू येतो का, याच वेध घेत होते.

ते डोंगर चढू लागले आणि त्यांना दूरवरून त्या बाळाचा टाहो ऐकू आला. सगळे त्या दिशेला निघाले. झाडांच्या गर्दीतून त्यांना हवे होते ते दिसले. मध्ये थोडीशी उघडी जागा होती आणि तिथे एक झरा होता. झऱ्याजवळ बसून कळकी आपल्या बाळाला पाणी पाजीत होती. त्याला दोन घोट पाणी पाजून ती स्वत: पिऊ लागली. इतक्यात बंदुकीचा बार झाला. कळकीने पालथे पडून बाळाला झाकून घेतले. एकाएकी तिच्या खांद्यातून कळांवर कळा येऊ लागल्या. तसेच तिने त्या जड बाळाला उचलले आणि ती बेभानपणे पळत सुटली. पायांखालच्या दगडा-काट्यांचीही तिला शुद्ध राहिली नाही. खांद्यातल्या जखमेतून उसळणाऱ्या रक्ताचीही फिकीर राहिली नाही. तिला एवढेच समजत होते की, सारी रानदांडगी वस्ती आपल्या बाळाच्या प्राणांवर उठली आहे. त्याला त्यांच्यापासून वाचवायला हवे. काहीही करून वाचवायला हवे. मग त्यासाठी आपल्या अंगभर जखमा झाल्या तरी

त्या सहन करायला हव्यात. एका बाळासाठी कळकीला दादला अंतरला होता, सारी वस्ती अंतरली होती; पण त्याचे एवढे काही नव्हते. बाळ तिला अंतरायला नको होते. काहीही झाले तरी ती बाळाला दूर होऊ देणार नव्हती. काहीही झाले तरी!... या विचाराने कळकी बेभान झाली होती. वेडी झाली होती. काळोखातून डोंगर चढत होती. काळेकुट्ट सुळके तिचे ते साहस बघत होते. इतका वेळ धावून तिचे पाय लटलटा कापत होते. पुढचे पाऊल उचलताना आपण कोसळू असे वाटत होते. कडेवरचे ते जड ओझे क्षणाक्षणाला अधिकाधिक जड वाटत होते; पण कळकीला क्षणभरही थांबणे शक्य नव्हते. तिच्या दादल्यासकट सारे दांडगट पुरुष तिच्या बाळाचा जीव घ्यायला तिच्या मागेच होते. त्यांच्यापासून तिला शक्य तेवढे दूर पळायचे होते.

आणि बाळाचा टाहो थांबत नव्हता. त्या किंकाळ्यांवरून त्यांना तिची दिशा समजत होती आणि काळोखातही ती लपू शकत नव्हती. बाळाला भूक लागली होती. त्याची भूक मोठी अनावर होती; पण आता इथे त्याला देणार तरी काय? आणि थांबणार तरी कुठे?...

एवढ्यात कळकीला दगडांमध्ये एक गुहा सापडली. काळोखात ती तिला डोळ्यांनी दिसणे शक्य नव्हते; पण त्याही पलीकडच्या कुठल्यातरी शक्तीने तिला ती जाणवली एवढे खरे. आत एखादे जनावर असेल असे तिच्या मनातही आले नाही. तितका विचारच करण्याची शक्ती तिच्यात उरली नव्हती. तिच्या बाळाच्या वैऱ्यांपासून आसरा घेणे एवढा एकच विचार तिच्या डोक्यात भिनला होता. तिला आसरा हवा होता. बाळाला भूक लागली होती. त्याला निदान पदराखाली तरी घ्याला हवे होते. ते भुकेने आक्रोश करीत होते. त्याला शांत करून झोपवायला हवे होते. कळकी गुहेत शिरली. गुहेच्या तोंडावर येईल अशा बेताने तिने एका मोठ्या दगडाला धक्का दिला. अगदी टोकावरचा तो दगड थोडासा धक्का मिळताच घरंगळत खाली आला आणि गुहेच्या तोंडावर अगदी बरोबर बसला. कळकीचा जीव विसावला. पाठलाग करणाऱ्या मंडळींपासून ती आणि तिचे बाळ आता सुरक्षित होती. ही जागा त्यांना त्या काळोखात सापडणे शक्य नव्हते. सापडती तरी तो तोंडावरचा दगड हलविणे मुश्किलीचे होते.

जीव जरा विसावताच खांद्यांची जखम ठणकू लागली. डोळ्यांपुढे झापड येऊ लागली. लालनिळे ठिपके दिसू लागले. तरीही कळकीने सगळी शक्ती गोळा करून बाळाला पाजायला घेतले. ती स्वतःशीच खुदकन हसली. म्हणाली, 'मला जखीण म्हणतात. वेडी म्हणतात. असू दे मी वेडी. मी त्यांना वेडे म्हणते. आईकडून बाळाला तोडणाऱ्याला काय शहाणा म्हणतात? आज माझ्या बाळाला गोळी घातली... मी नसते मध्ये आले तर माझं बाळ...' हसताहसता हुंदके देत ती

बाळाला पाजू लागली; पण दूध येईना. बाळाची भूक भागेना. थकव्याने कळकीला झापड आली. तिची मान एका बाजूला कलंडली.

पाठलाग करणारी मंडळी गुहेच्या जवळपास येऊन पोहोचली. हातातल्या चुडी इकडेतिकडे हलवून ते कुठे काही हालचाल दिसते का, ते पाहू लागले. आपापसांत तर्ककुतर्क करीत बडबडू लागले.

कळकीच्या बाळाचा आक्रोश एकदम थांबला. त्याला काहीतरी दिसले. त्याचे श्वापदासारखे हिंस्त्र डोळे चकाकू लागले. जीभ बाहेर वळवळू लागली. आईच्या मांडीवर ते उठून बसले. आपल्या खरखरीत जिभेने आईच्या खांद्यातून गळणारे रक्त लप्लप् चाटू लागले. त्याला ते आवडले. खुशीत येऊन ते हसू लागले.

मंडळी गोंधळून थांबली. इथून पुढे कळकी कुठे गेली असेल तेच त्यांना कळेना. ती इथून खालच्या दरीत तर पडली नसेल ना, अशीही शंका तिच्या दादल्याला आली.

बाळाचे टोकदार दात मानेला लागताच कळकी एकदम शहारून जागी झाली. बाळ तिच्या मांडीवर अर्धवट उभे राहिले होते. त्या काळोखातही त्याचा रक्ताने माखलेला जबडा आणि धारदार सुळे पाहून कळकीला पहिल्याप्रथमच त्याची विलक्षण भीती वाटली. ती त्याला झटकू लागली; पण ते तिच्या अंगाला घट्ट बिलगले आणि आपली नखे तिच्या दंडात गच्च रुतवून बसले. डुकराएवढ्या आकाराचे ते किळसवाणे ओझे तिच्या अंगाला झोंबू लागले. त्याच्यासकटच कळकी कशीबशी धडपडत गुहेच्या तोंडाशी गेली आणि दगड बाजूला करण्याचा प्रयत्न करू लागली; पण आता दगड इतका गच्च बसला होता की तो काही केल्या रेसभरही हलेना. ती काळी टोकेरी नखांची लवदार बोटे तिच्या गळ्यावर पडली. रक्ताची चव आवडून बाळ दात विचकून भेसूर हसू लागले. त्याचे डोळे विलक्षण चमकू लागले आणि जबडा खालीवर होऊ लागला. प्राणभयाने कळकी किंचाळली.

किंकाळी ऐकू येताच बाहेर शोध घेणारी मंडळी थबकली. त्या किंकाळीपाठोपाठ एकामागून एक अशा कळकीच्या किंकाळ्या येऊ लागल्या. मंडळी गुहेच्या तोंडावरचा दगड बाजूला करू लागली. पण तो आतूनच असा गच्च बसला होता की हलणे केवळ अशक्यच होते. ते कळकीला साद घालू लागले. दगड हलवायला सांगू लागले.

पण कळकीला त्यांच्या हाका ऐकू येत नव्हत्या. तिच्या किंकाळ्याही आता बंद झाल्या होत्या. सगळी जाणीव संपली होती आणि आत्यंतिक भीतीने बाहेर आलेल्या बुबुळांतल्या ताठ नजरेला फक्त एकच गोष्ट दिसत होती – पुन:पुन्हा गळ्याकडे येणारा तिच्या बाळाचा रक्ताने भरलेला जबडा!

■

पावसातला पाहुणा

पाहुणा घरापाशी येतो,तेव्हा बाहेर अंधारून आलेले असते. दिवसभर नुसते शिजत असते. सूर्य माथ्यावर येताच सुरू झालेला उकाडा उन्हाबरोबर वाढतच गेलेला असतो. कधी एकदा पाऊस पडेलसे होते. अंगातून घामाच्या धारा लागलेल्या असतात. चांगला झडझडून पाऊस पडून गेल्याशिवाय जिवाची काहिली थांबणार नसते.

सारे वातावरण असे तव्यासारखे तापल्यानंतर पाऊस आल्याशिवाय राहत नाही. हळूहळू ढग जमू लागतात. पाऊस पडण्याचा रंग दिसू लागतो. ऊन तर उतरलेलेच असते; पण आता ढगांचेच सावट पडू लागते.

पाहुणा घरापाशी येतो, तेव्हा बाहेर अंधारून आलेले असते. पाऊस अगदी कडेशी येऊन ठेपलेला असतो. केव्हा सर येईल, याचा नेम नाही!

आणि होतेही तसेच! पाहुणा पायरीवर पाऊल ठेवतो आणि बाहेर आभाळ कोसळू लागते.

तो दरवाजाची कडी वाजवितो.

हरिनाथ आरामखुर्चीत स्वस्थ बसून असतात. तोंडाने कसले तरी स्तोत्र गुणगुणत. श्वासाबरोबर त्यांचे पोटही वरखाली होत असते आणि पोटाबरोबर जानवे. दंडावर भस्माचे पट्टे ओढलेले हात, ताल दिल्याप्रमाणे हलत असतात. डोळे मिटलेली त्यांची ती मूर्ती ध्यानस्थ बसल्यासारखी दिसते.

दाराची कडी खडखडताच ते डोळे उघडतात. फक्त एवढेच. बाकी कसलीही हालचाल नाही.

बाहेर गडगडते. पाहुणा अधीर होतो. पुन्हा कडी वाजवितो.

हरिनाथ बोटांची चिमटी करून तिने आपल्या गुबगुबीत छातीला एकदा उजवीकडे, एकदा डावीकडे स्पर्श करतात. त्यांचे ओठ काहीतरी पुटपुटू लागतात.

पाहुणा पुन्हा एकदा कडी वाजवितो. जरा जोराने, हुकमतीने.

आता दार उघडले गेलेच पाहिजे. पावसाचा सपकारा थेट पायऱ्यांवर-देखील येत आहे. पाहुणा अस्वस्थपणे नक्षीदार मुठीची काठी या हातातून त्या हातात खेळवीत राहतो.

पुन्हा एकदा कडी वाजवितो. जरा जोराने, हुकमतीने.

आतल्या दारावरच्या काचेच्या नळ्यांचा पडदा खळखळतो. निरांजनी दारात येऊन उभी राहते.

ती उघडच कडीचा आवाज ऐकून बाहेर आली आहे; पण हरिनाथांच्या परवानगी वाचून तिचे पाऊल उचलत नाही. ती उंबरठ्यात खिळून उभी राहते. चित्रासारखी.

तसे ते चित्र दिसते अत्यंत मोहक. पिंगट केशसंभार मोकळा सुटून कमरेखाली पोहोचला आहे. त्याने वेढलेला गोरा टवटवीत चेहरा पानांत फुललेल्या पांढऱ्याशुभ्र कवठीचाफ्यासारखा दिसतो. तारुण्य नुसते अंगांगांतून उसळत आहे. तेव्हा ऊर असो की उचललेले पाऊल असो, प्रत्येकच अवयव कसा घोटीव बनला आहे!

हरिनाथ नुसते हात उचलतात आणि ते चित्र भंग पावते. निरांजनी पाऊल उंबरठ्याबाहेर टाकते. हरिनाथ दरवाजाकडे दृष्टी फिरवितात. निरांजनी पुढे होऊन दरवाजा उघडते.

तत्क्षणी तिची नजर पाहुण्यावर पडते आणि तिथेच स्थिर होते.

अचानक दार उघडले जाताच दृष्टीला पडलेल्या या अलौकिक लावण्याने पाहुणा चकित होतो.

नजरा बांधून ती दोघे एकमेकांकडे पाहत राहतात.

हरिनाथ बसल्या जागेवरूनच निरांजनीच्या पाठमोऱ्या आकृतीकडे दृष्टिक्षेप करतात.

जणू त्या दृष्टीचा स्पर्श झाल्यासारखी निरांजनी चमकते. वळते.

बाजूला होऊन पाहुण्याला वाट करून देते.

पाहुणा आत येतो.

हरिनाथ त्याला आपादमस्तक न्याहाळतात.

पाहुणा अत्यंत देखणा आहे. अंगापिंडाने भरलेला आहे. शरीर तारुण्याने रसरसलेले. त्याच्या त्या तारुण्यात एक विलक्षण शक्ती आहे. विलक्षण!...

पाहुण्याचे डोळे हिरवट रंगाचे आहेत. एखाद्या खोल, गूढ डोहासारखे ते दिसतात. जागोजाग वेलींची जाळी असलेला, पाणसापांनी वेढलेला असा डोह!

पाहुण्याचे कपाळ भव्य आहे. चेहऱ्यावरून वाटते की, याने खूप पाहिलेले आहे आणि तरीही कसा कोण जाणे, पण तो पोरसवदा वाटेल इतका तरुण दिसतो.

त्याचे हिरवट डोळे निरांजनीवर खिळतात.

ही या माणसाची बायको?... इतकी तरुण? इतकी? तसे पाहिले तर तिला हा नवरा मुळीच शोभत नाही. याचे वय बरेच असावे. अंगकांती चांगली सतेज असली तरी याला तरुण निश्चितच म्हणता येणार नाही.

पाहुण्याच्या विचारांचा पडसाद निरांजनीच्याही मनात उठल्याशिवाय राहत

नाही. तिच्या मनात एक सुंदर फूल उमलू लागते; पण त्या फुलाच्या सुगंधाचा तिला स्वत:लाच संकोच वाटतो. ती लाजून मान खाली घालते. पदराच्या शेवाशी चाळा करीत उभी राहते.

हरिनाथ तिच्याकडे पाहतात. मग डोळे किलकिले करून पाहुण्याकडे पाहतात. अचानकपणे ते म्हणतात – 'बसा!'

पाहुणा बसतो.

हातातल्या काठीशी खेळत, त्याच्याकडे रोखून पाहत तो म्हणतो

'मी कालदुर्गातून आलो.'

निरांजनी त्याच्याकडे अर्धवट विस्मयाने, अर्धवट आदराने पाहते. हा कालदुर्गातून आला? जिथं वस्ती नाही, जिथं जायला कुणी धजत नाही, अशा त्या दुर्गम, एकाकी किल्ल्यावरून हा आला?...

'मी पुराणवस्तुसंशोधक आहे.' निरांजनीच्या नजरेनेदेखील पाहुण्याला उत्तेजन मिळते. 'संशोधक म्हटल्यानंतर एखादा पुराणपुरुष डोळ्यांसमोर येतो नाही? त्या मानानं हा फारच तरुण दिसतोय, असं वाटत असेल ना तुम्हाला? सर्वांनाच आश्चर्य वाटतं माझ्या तारुण्याचं.'

'तुम्ही – आत्ता येताय हे कालदुर्गाकडून, असंच म्हणालात ना?' एवढेच हरिनाथ विचारतात.

पाहुणा हसतो.

'कालदुर्गाची फारच भीती घेतलेली दिसते आहे इथल्या लोकांनी.' पाहुणा हसतहसत म्हणतो, 'कालदुर्गाचा स्वामी कालदमन दुर्गातून बाहेर पडतो आणि इथल्या भागात संचार करतो, अशी प्रचलित समजूत आहे, होय ना?'

निरांजनीला काहीतरी बोलायचे असते; पण धीर होत नाही.

'चारशे वर्षे झाली कालदमनाला. अजूनही तो जिवंत आहे असं म्हणतात. त्याला वृद्धत्वामुळं मृत्यू येणं शक्य नाही; कारण तो म्हणे दुसऱ्यांची शक्ती शोषून घेतो आणि पुन्हा तरुण होतो.' पाहुणा हसतो.

त्याची नजर भिरभिरत दाराबाहेर जाते. पाण्याच्या झिरझिरीत पडद्यातून दिसणाऱ्या दूरवरच्या कालदुर्गाकडे तो पाहत राहतो... घरासमोरची पायवाट थेट दुर्गाकडे जाते. दोन्ही बाजूंना दाट झाडी. दिवसा काळोखल्यासारखे व्हावे, अशी. ती पायवाट संपते तिथेच कालदुर्गाचा दगडी तट उभा आहे. त्या तटावर आता तृण माजले असले तरी अधूनमधून डोकावणारा काळाशार दगड अंगावर शहारे आणतो. जागोजाग वाळकी झाडे. त्यांच्या काटक्यांसारख्या डहाळ्यांनी तो तट असंख्य भाले टोचलेल्या शिरहीन कबंधासारखा दिसतो. पायवाट संपते तिथे दुर्गाची पहिली पायरी सुरू होते. वेड्यावाकड्या वरवर जात त्या पायऱ्या दृष्टीपलीकडे नाहीशा

होतात. आता त्या ढासळल्या आहेत. त्यामुळे तो दुर्ग कुबड काढून बसलेल्या म्हाताऱ्यासारखा दिसतो.

त्या दुर्गात आता कुणीच राहत नाही. जणू तो उदासवाणा, ओसाड दुर्ग त्याचा स्वामी कालदमन याची समाधीच असल्यासारखा भासतो; पण समाधी तरी कसे म्हणावे?... कारण लोकांचा समज असा आहे की, कालदमन अजून जिवंत आहे. कुठल्यातरी वेगळ्या रूपाने वावरत आहे...

'मी तुमच्याकडे आलो तो पावसाच्या भीतीनं.' पाहुणा सांगू लागतो, 'पावसाला कधी सुरुवात होईल याचा नेम नव्हता. माझ्यापाशी छत्री नव्हती. पावसानं केव्हाही अडवलं असतं. थोडक्यात बचावलो. पाऊस कमी होईपर्यंत मी इथंच थांबलो तर आपली काही हरकत नाही ना?

'छे:! हरकत कसली?' हरिनाथ म्हणतात, 'खुशाल थांबा. गप्पा मारा.'

पुन्हा एकदा पाहुण्याची नजर निरांजनीवर फिरू लागते. इतकी सुरेख कांती, हा गुलाबी वर्ण... हे सुंदर फूल इथे रानात कशाला उगवले?...

निरांजनीची नजर आता थोडी धीट होते. ती पाहुण्याचे शरीर टिपू लगाते. ही रुंद छाती, हे बलदंड दंड... कोण असेल हा?...

हरिनाथ गप्पच असतात. मधूनमधून ते निरांजनीवर नजर ठेवून आहेत. पाहुणा मोठा रंगेल दिसतो!...

'कालदमन मोठा रंगेल होता असं लोक म्हणतात.' पाहुण्याला हरिनाथांचे विचार वाचता येतात. 'या संशोधनात आम्हाला एकेक अशा चमत्कारिक कथा ऐकायला मिळतात!'

हरिनाथांचे लक्ष पाहुण्याच्या बोलण्यात नाही. ते खिळले आहे निरांजनीवर. तिची नजर मधेच पाहुण्यावर लागते, मधेच खाली वळते, क्षणार्धात परत धीट होते. तिचे ओठ किंचित विलग होतात. त्यांचा ओलसर लालिमा पोवळ्यासारखा तकाकतो. पाहुण्याला डोळ्यांत साठवीत ती आर्त स्वरात विचारते, 'कालदमनाची कथा ऐकलीत एखादी?'

'कालदमनाची?' पाहुणा हसतो. 'एकच का, त्याच्या कितीतरी कथा सांगू शकेन मी.'

'मग सांगा ना एखादी.' असे म्हणतच निरांजनी थोडी पुढे सरकते.

'निरांजनी!' हरिनाथांचा करडा स्वर तिच्या कानांवर पडतो. 'घरात जा. पाहुण्यांसाठी चहा घेऊन ये.'

चाबूक बसल्यासारखी निरांजनी जागची उठते. मुकाट्याने घरात निघून जाते.

तिच्या पाठमोऱ्या आकृतीकडे पाहुणा पाहत राहतो.

मनातल्या मनात तो कसला तरी निश्चय करतो.

दोघेही गप्प बसून राहतात. एक विचित्र दडपण त्यांच्यावर पडते. दोघेही निरांजनीचाच विचार करीत असतात. मग ते काय ठरवीत असतील कोण जाणे! बहुधा पाहुण्याला असे वाटत असावे की, हरिनाथांसारख्याला निरांजनीसारखी सुकुमार पत्नी शोभत नाही. तिची खरी जागा आपल्यापाशीच! हरिनाथ पाहुण्याला एक क्षुल्लक तरुण याहून अधिक महत्त्व देत नाहीत; पण त्याच्यापासून निरांजनीला धोका आहे, हे त्यांना जाणवले असावे.

बोलत मात्र कुणीच नाही.

बाहेरची मुसळधार अजून चालूच आहे. झाडाझाडांमधून सपासप वर्षाव होत असतो. पाणी जमिनीला मिळत असते आणि रक्त फुटल्यासारखे लाललाल ओहोळ वाहत असतात. पाण्याच्या पडद्याआड सारे काही नाहीसे होते. दारातून फक्त अंधुकपणे दिसतो तो अंतरावरचा कालदुर्ग!

निरांजनी चहा घेऊन येते.

कपबशी पाहुण्याच्या पुढे करते.

तिच्या गोऱ्या हाताकडे आणि त्यात खळखळणाऱ्या हिरव्यागार बांगड्यांकडे तो पाहत राहतो.

नकळतच त्याचा हात पुढे होतो.

तिच्या हातून कप घेताना तिच्या नितळ, नाजूक बोटांवर त्याचा उष्ण हात पडतो.

ती हात चटकन मागे घेते. हरिनाथांकडे चोरटा कटाक्ष टाकते. त्यांनी पाहिले की काय कोण जाणे!

चहाचा कप त्यांच्यापुढे धरताना तिचा हात थरारतो.

पण पाहुणा उत्साहित होऊन बोलू लागतो – 'तुम्हाला कालदमनाची दंतकथा ऐकायची होती ना? सांगतो ऐका.' चहा पिण्यापुरती बाजूला ठेवलेली काठी तो पुन्हा हातात खेळवू लागतो. 'असं म्हणतात की, चारशे वर्षं होऊन गेली तरी कालदमन अजून हयात आहे. दुसऱ्याची शक्ती शोषून घेऊन तो पुन:पुन्हा तरुण होतो. शक्ती शोषून घेण्याचं हे काम तो कसं करतो, आहे ठाऊक? त्याच्यापाशी एक तलवार आहे, तिच्या साहाय्यानं.'

'तलवार?' निरांजनीच्या तोंडून नकळत उद्‌गार बाहेर पडतो. 'होय. अर्थात तो जर आजही वावरत असेल तर त्याला ती तलवार घेऊन फिरणं शक्यच नाही. आता त्याच्याकडे ती तलवार दुसऱ्या एखाद्या स्वरूपात असली पाहिजे.

कुणीच काही बोलत नाही. क्षणभराने पाहुणाच पुढे सांगू लागतो –

'एकदा म्हणे कालदमन एका वृद्ध सरदाराच्या घरी मेजवानीसाठी गेला. एवढ्या मोठ्या दुर्गाचा स्वामी आपल्या घरी पायधूळ झाडायला आला म्हणून सरदाराला अतिशय आनंद झाला...'

सांगतासांगता पाहुणा रंगत जातो. हातवारे करताना हातातली काठी खुर्चीच्या आधाराने उभी करून ठेवतो. भान हरपून निरांजनी ऐकू लागते. हरिनाथही आता अधिक मोकळेपणाने पाहुण्याच्या कथेत रस घेतात...

हळूहळू काळ मागे जातो...

घोड्यांच्या टापा अगदी कानांशी ऐकू येऊ लागतात. धुळीचे लोट उठतात... जिवाच्या आकांताने दौडत घोडे सरदार श्रीमणींच्या गढीशी येऊन ठाकतात... गढीच्या प्रचंड पितळी दरवाजाजवळचे अवाढव्य लाकडी चक्र फिरविले जाते... खंदकावर पूल पडतो... घोडे दरवाजाशी येऊन ठेपतात. दरवाजा सावकाश उघडतो. गढीमध्ये वर्दी जाते. स्वत: सरदार खाली उतरून घोडेस्वारांना सामोरे जातात...

पहिलाच कृष्णवर्णी वारू पुढचे खूर हवेत उडवून जागच्या जागी थांबतो.

संपूर्ण काळा, उंची पोशाख केलेला एक भव्य पुरुष त्या घोड्यावरून उतरतो.

गवाक्षातून कुजबूज होते : –

कालदमन!

गवाक्षातून चोरून पाहणाऱ्या दोन डोळ्यांच्या कमळपाकळीसारख्या पापण्या थरारतात. मग लाजून नजर चुकवितात.

पण त्या क्षणार्धात नजरभेट झालेलीच असते.

सरदारांची तरुण पत्नी! किती तरुण! जाईच्या फुलाहून, पहाटेच्या कमळाहून अधिक तरुण!

ती तर स्वत:ला हरवूनच बसते. कालदमन!... आजवर जे नाव नुसते ऐकत आले त्याचा स्वामी हा प्रत्यक्ष समोर उभा! त्या नावाहूनही कितीतरी अधिक देखणा, अधिक सामर्थ्यशाली! ते विशाल गूढ डोळे, ती भरदार छाती, ते पुष्ट बाहू ! कमरेला लटकणारी ती वीरोचित तलवार!...

ती त्याचे रूप डोळ्यांत साठवून घेत राहते. त्याच्या बाहूंत हरवून जाण्याच्या नुसत्या कल्पनेनेच तिचे अवघे शरीर फुलून निघते.

कालदमन तलवारीचे म्यान हलकेच थोपटतो. ही चंद्रकोर या सरदाराच्या वळचणीत कुठं अडकली? तिची खरी जागा कालदुर्गाच्या रंगमहालातच! कालदमनाचा काहीतरी निश्चय ठरतो. आज पुन्हा एकदा या तलवारीचा उपयोग!... जिवाचं पाणी करून मिळवलेली कष्टसाध्य गूढविद्या! जगातल्या साऱ्या दुष्ट शक्तींना आवाहन करण्याचं सामर्थ्य! ते माझ्यापाशी आहे, याची जगाला कल्पनाही नाही. कुणाला संशय जरी आला, तरी जगातून उठण्याची पाळी! पण कुणालाही माहीत नसताना अशी विद्या अवगत असणं यात केवढं सौख्य आहे! या विद्येच्या साहाय्यानं

सरदारांच्या केवळ जिवाचा कलिजाच नव्हे, तर त्यांचा जीवही... आणि मग नवं तारुण्य... नवं सुख... वैभव... अमर्याद... आमरण... नव्हे, कारण मरणच अशक्य!... सुखामागून सुखच... तारुण्यामागून तारुण्यच... काळावर विजय...

तो मिळविणाऱ्या नररत्नालाच या सौंदर्याला उपभोग घेण्याचा अधिकार आहे. दुसऱ्याला नाही. दुसऱ्या कुणालाच नाही!

मेजवानीचा जंगी बेत... सुवर्णपात्रे, त्यांत भरून उतू जाणारी, नुसत्या सुवासानेही तृप्त करणारी पक्वान्ने... झळझळणारे रत्नदीप... घाई-गडबडीने पंगतीतून ये-जा करणारे दासदासी... पण कालदमनाचे लक्ष या कशातच नाही.

त्याची ही बेचैनी वाढतच आहे. आग्रहाने मद्याचा प्याला पुढे करताना हाताला तिच्या बोटांचा ओझरता स्पर्श होतो आणि त्याची भूक अनावर होते. त्याच्या सबंध शरीराला आतून बेबंद धडका मारत राहते...

मेजवानी संपताच तो सरदारांचा निरोप घेण्यासाठी त्यांच्या स्वतंत्र दालनात जातो.

रक्तासारख्या लाल मखमलीने सबंध दालन सजविलेले आहे. मद्य थोडे प्रमाणाबाहेर झाल्यामुळे सुस्त होऊन सरदार तिथल्याच एका लाल मंचकावर विसावले आहेत.

ते डोळे उघडतात तर समोर उभा त्यांचा मेहुणा कालदमन! – दोन्ही हातांवर तलवार झेलून.

'घ्या. ही आपल्याला नजर करीत आहे. आजच्या आपल्या मेजवानीप्रीत्यर्थ ही माझी लहानशी प्रेमाची भेट आहे, असं समजा आणि कृपा करून तिचा स्वीकार करा.'

मद्याने जड झालेल्या जिभेने सरदार म्हणतात, 'वाहवा! कालदमन, आम्ही हा स्वत:चा गौरव समजतो.'

त्यांच्या हातांतून ती तलवार घेऊन सरदार त्यांना कसाबसा निरोप देतात. पुन्हा मंचकावर पसरून अर्धमिटल्या डोळ्यांनी ती तलवार न्याहाळतात. तलवारीच्या मुठीवर, फुत्कार करणाऱ्या सापाचे मस्तक कोरलेले आहे. त्याच्या डोळ्यांच्या जागी दोन लालबुंद माणके बसविलेली आहेत. त्या चमचमणाऱ्या माणकांकडे पाहतापाहता सरदार एका तांबड्यालाल गुंगीत स्वत:ला विसरून जातात...

याच वेळी खंदकावर पूल पडलेला असतो. कृष्णवर्णी वारू गढीबाहेर पडतापडता त्याच्यावरचा स्वार मागे वळून पाहतो. एक पालवीसारखा तांबूस हात गवाक्षातून हलून निरोप देत असतो पुन्हा परत येण्यासाठी.

गोष्टीत हरवलेली निरांजनी भान न राहून विचारते, 'मग? पुढं काय झालं?'

'मद्याच्या नशेत गुंगलेल्या सरदारांना मध्यरात्री अचानक जाग आली.' पाहुणा पुढे सांगू लागतो. 'जाग येताच त्यांना प्रथम आठवण झाली, ती कालदमनानं नजर

केलेल्या तलवारीची. अभिमानाची, उत्साहाची एक लहर त्यांच्या अंगातून गेली. त्यांनी सहज हात लांबविला आणि जवळच पडलेली तलवार उचलली. नजरेसमोर धरली.'

पाहुण्याने खुर्चीच्या आधाराने उभी करून ठेवलेली काठी कशी कोण जाणे, एकदम खाली पडते. घरंगळत निरांजनीच्या पायांशी येते. निरांजनी ती उचलते. न्याहाळते. काठीची मूठ विलक्षण आकर्षक आहे. न राहवून निरांजनी उद्गारते, 'किती सुंदर आहे ही!'

'मला फार उपयोग होतो त्या काठीचा.' पाहुणा हसून म्हणतो, 'हे दुर्ग, डोंगर चढाय-उतरायचे म्हणजे हातात काठी हवीच. तरी पण तुम्हाला आवडली असेल तर घ्या तुमच्या यजमानांसाठी.' .

निरांजनी ती काठी हरिनाथांसमोर धरते. 'ठेवू या का हो? आवडली तुम्हाला?'

क्षणभर हरिनाथ काहीच बोलत नाहीत. तसा पाहुणा अधिकच आग्रहाने म्हणतो, 'राहू द्या हो! तशी काही ती फारशी मौल्यवान नाही. साधीच आहे.'

हरिनाथ मान डोलावून म्हणतात, 'आभार.' आणि निरांजनीने पुढे केलेली काठी हातात घेतात. तिची मूठ न्याहाळतात.

'तुमची गोष्ट अर्धीच राहिली.' लहान मुलीच्या उत्सुकतेने निरांजनी पुन्हा गोष्टीचा धागा जुळवून देते.

'सरदार श्रीमणींनी तलवार उचलून हातात धरली. दालनात अवघा एकच रत्नदीप मिणमिणत होता. बाकी बाहेर सारा अंधारच अंधार पसरला होता. अपुऱ्या प्रकाशात मुठीवरच्या सर्पाकृतीच्या डोळ्यांची माणकं लखलखली. त्या लकाकीकडे सरदार भारल्यासारखे होऊन पाहत राहिले.

'एकाएकी त्यांना ते सापाचं डोकं हलल्याचा भास झाला. माणकां-मधून एक विषारी चमक चकाकली. दोन जिभा किंचित वळवळल्यासारख्या वाटल्या.

'हा मद्याचा अंमल असेल अशा कल्पनेनं सरदारांनी डोळे गच्च मिटून घेतले. या भयाण बेहोषीतून जाग यावी म्हणून मस्तक जोरजोरानं हलवलं. पुन्हा डोळे उघडले आणि – आणि पुन्हा ते लहानसं तिकोनी डोकं हललं. डोळे त्यांच्यावर रोखले गेले.

'असले भयाण भास घडविणाऱ्या त्या तलवारीकडे पाहायचंदेखील नाही, असं ठरवून त्यांनी मान फिरविली.

'पण तेवढ्यात त्यांच्या हातावर एक थंडगार, विळविळीत स्पर्श फिरू लागला. त्यांनी चमकून पाहिलं. त्यांच्या हातात तलवार नव्हतीच. त्या जागी होता – एक जहरी, काळाकुट्ट सर्प!

'किंकाळी सरदारांच्या ओठांतच विरली. त्यांचं शरीर मागच्या मागं कोसळलं.'

‘भयंकर! फार भयंकर!’ निरांजनी शहारून उद्गारते.

‘त्या कृष्णसर्पानं सरदारांच्या हाताला अनेकवार दंश केला. त्यांचं जीवन, उरलीसुरली सारी शक्ती शोषून घेऊन तो विषारी ओहोळ दरवाजाच्या फटीतून नाहीसा झाला.

‘आणि आला तो थेट कालदमनाकडे! कालदमनानं त्याला हलकेच उचलून घेतलं. त्याचं प्रेमभरानं चुंबन घेतलं. त्यानं शोषून आणलेलं नवं जीवन, नवी शक्ती त्या चुंबनावाटे कालदमनाने शोषून घेतली. आता तो अधिकच तरुण होणार होता. वृद्ध होऊन मरण्याची त्याला कधीच भीती नव्हती. नव्या तारुण्याचा सन्मान करण्यासाठी उद्या तो सरदार श्रीमणींच्या गढीवर जाणार होता. सरदारांच्या अकल्पित मृत्यूबद्दल सरदारपत्नीचं रिवाजा-प्रमाणं सांत्वन करण्यासाठी... आणि नंतर तिचा स्वीकार करण्यासाठी!

‘तिला मात्र कालदमनाच्या कर्तृत्वाची काहीच कल्पना येणं शक्य नव्हतं; कारण कृष्णसर्प पुन्हा पूर्ववत तलवारीच्या रूपात कालदमनाच्या कमरेला लटकत होता!’

निरांजनीच्या अंगावर शहारे येतात. इतकी भयानक कथा तिने आजवर कधीच ऐकलेली नसते. जग इतके दुष्ट असू शकेल, याची त्या भाबड्या जिवाला कल्पनाही नसते. थिजल्यासारखी ती बसून राहते.

आणि हळूहळू तिला आपणच ती सरदारपत्नी आहोत असे वाटू लागते. नाजूक, तरुण, भाबडी सरदारपत्नी! पाहुण्याने सांगितलेल्या कथेची मग तिला भीती वाटेनाशीच होते. ते सारे तिला गूढ, सुंदर वाटू लागते. आटोक्यापलीकडचे. पण ज्याचा ध्यास घ्यावा, असे काहीतरी – अद्भुतरम्य!

दारातून दूरचा कालदुर्ग दिसत असतो. सतत झरणाऱ्या पावसाच्या पडद्याआडून आता तो भयानक दिसत नाही. त्याची दगडी भव्यता आता अत्यंत सौम्य झालेली आहे. एखाद्या सुंदर स्वप्नासारखा तो डौलदार दिसतो. हाताशी आहे असे वाटणारा; पण तरीही दूर!

निरांजनीच्या मनाचे बांध हळूहळू फुटू लागतात. वारा पावसातून भिरभिरत असतो. मातीतून उन्मादक गंध दरवळत असतो. हा पाऊस, हा गंध आणि हा पाहुणा – भरदार देहाचा, डोहासारख्या गूढ डोळ्यांचा हा तरुण पाहुणा... अशा भिजलेल्या संध्याकाळी याच्या बळकट बाहूंमध्ये हरवून जाण्यात केवढं परमसौख्य असेल!...

निरांजनी मग निरांजनी राहतच नाही. तिचा कणन्‌कण पावसाची वाट पाहणाऱ्या मातीसारखा अधीर होऊन जातो! – जीवनाच्या एका प्रचंड ओघात मिसळून

जाण्यासाठी. ती सारे सारे विसरू लागते. त्या छोट्या अंधाऱ्या घरातून बाहेर पडावे आणि सरळ पाहुण्याने उभ्या केलेल्या त्या स्वप्नभूमीत यावे, असा ध्यास तिला लागतो. मन समोर दिसणाऱ्या स्वप्नमंदिराची वाट चालू लागते.

ती या समाधीत असताना किती वेळ निघून जातो कुणास ठाऊक! पाहुण्याच्या शब्दांनी ती भानावर येते :

'मी निघतो आता.'

'अं?' एकदम काही न समजून ती विचारते.

'मी निघतो आता.' पाहुणा मृदूपणे सांगतो. 'किती वेळ थांबणार? हा पाऊस कदाचित रात्रभरदेखील चालू राहील. '

हा निघाला? निरांजनीला खुळावल्यासारखे होते. असा कसा हा एकाएकी निघाला? सगळी स्वप्नं अर्धवटच सोडून का चालला? आणि जिवाला चटका लावून असं लगोलग जायचं असेल तर आला तरी कशाला? नाही नाही! यानं लगेच जाता कामा नये. गेलाच तर निदान परत तरी यायला हवं! माझं स्वप्न पुरं करायला हवं...

तिला एक कल्पना सुचते. 'भिजत कसे जाल?' ती म्हणते, 'छत्री तरी घेऊन जा. उद्या परत आणून द्या म्हणजे झालं.'

परवानगीदाखल ती हरिनाथांकडे पाहते. ते मान डोलावतात. ती छत्री देते.

पाहुणा अर्थपूर्ण हसतो. निरांजनीची सूचना त्याच्या चांगलीच लक्षात येते. तो तिच्याकडे सस्मित पाहून म्हणतो, 'मी नक्कीच येईन उद्या.' थोडे थांबून म्हणतो, 'ही परत करायला.'

आणि तशा मुसळधार पावसात तो जातो.

आता झपाट्याने रात्र पडू लागली आहे. खोलीतही अंधार आहे. थोड्याच क्षणांत हातावरचे दिसेनासे होते. अंतरावरचा कालदुर्ग तर केव्हाच काळोखात गडप झालेला असतो. बाहेर सारे चिडीचिप असते. फक्त पावसातून बेगुमानपणे हुंदडणाऱ्या वाऱ्याचा घो घो आवाज आणि पाचोळ्यावर सडासडा वाजणारा पाऊस, एवढेच ऐकू येते. मधेच कुठेतरी एखादी आजारी भालू कपारीत विव्हळते. घर अगदीच निर्जन भागातले; पण या पावसाने आसपासचे रान अधिकच किर्रर्र वाटू लागते.

निरांजनी खांबाला टेकून किती वेळ कोण जाणे, पण तशीच उभी असते. पाहुणा गेला त्या दिशेकडे पाहत. तिच्या नजरेला तिथे काळोख दिसत नसतो. तिला दिसत असतो लाखो दिव्यांनी उजळलेला एक अद्‌भुत महाल – त्याच्या सुगंधाने सारा आसमंत व्यापलेला आहे... सुगंध... आणि चांदणे...

– चमकन दिव्याचा उजेड खोलीत पसरतो.

निरांजनी चमकून वळते. हरिनाथांनी दिवा लावलेला असतो.

आणि तिला एकदम चटका बसतो.

इतका वेळ हरिनाथांची नजर आपल्यावरच खिळली होती, हे तिला जाणवते.

त्या नजरेतून नुसता अंगार बरसत असतो.

निरांजनी जागच्या जागी थिजून उभी राहते.

हरिनाथ तिच्याजवळ येतात.

तिच्यावर नजर रोखून नुसते पाहत राहतात.

निरांजनीच्या जिवाचे पाणीपाणी होते.

ती घरात जाऊ पाहते. ते हात खांबाला धरून तिला अडवितात.

'तुला काय वाटलं?' धीम्या, घोगऱ्या स्वरात हरिनाथ विचारतात, 'तुझ्या डोक्यात काय चाललंय ते मला कळत नाही?'

निरांजनीला त्यांची नजर असह्य होते. ती मान फिरविते.

हरिनाथ दोन्ही हातांनी तिचा चेहरा धरून वळवितात. 'मला फसवू शकणार नाहीस तू! समजलीस? कसले घाणेरडे विचार येताहेत तुझ्या डोक्यात? स्वत:च्या नवऱ्याला टाकून, त्या परक्या पुरुषाचा हात धरून पळून जाण्याचे! होय ना?'

'नाही नाही.' निरांजनी चित्कारते. 'मला जाऊ दे. सोडा मला! सोडा ना!'

बाहेर गडगडते. पावसाची आणखी एक झड येते.

'सोडू? असा तसा सोडणार नाही मी तुला. चांगली अद्दल घडविल्याशिवाय –'

हरिनाथ जवळच पडलेली काठी उचलतात.

पाहुण्याने दिलेली काठी.

'अयाई गं!' पुढली कल्पना येऊन निरांजनी किंचाळते.

'का? आवडत नाही ही काठी? अगं, त्यानंच ती दिली आहे तुला – भेट म्हणून.' काठी नाचवीत हरिनाथ पुढे होतात.

निरांजनी किंचाळत दरवाजापाशी धाव घेते.

पण हरिनाथ चपळाई करून पुढे झेप घेतात आणि दरवाजा लावून टाकतात.

निरांजनी कोपऱ्यात थरथरत उभी राहते.

हरिनाथ तिच्या अगदी निकट उभे आहेत.

त्यांची भीमकाय मूर्ती तिला एखाद्या प्रचंड राक्षसासारखी भासते.

समोरच्या भिंतीवर त्यांची अवाढव्य सावली तिच्या सावलीला गिळू पाहत असते.

'पळून जात होतीस? आता कुठं जाशील? बोल – आता का गप्प बसलीस? बोल – कोण येणार आहे तुला सोडवायला आता? मघाचा तो – तो तुझा यार?'

हरिनाथ आवेशाने काठी उगारतात.

निरांजनी किंचाळते.

किंचाळते ती प्रथम माराच्या भीतीनेच; पण तिची ती किंकाळी लांबतच जाते. मारापेक्षाही कितीतरी पट प्रचंड अशा भयाने गोठून तिचा जणू पुतळा होतो.

कारण हरिनाथ ज्या क्षणी हातातली काठी उगारतात, त्याच क्षणी –

– त्याच क्षणी बंद दरवाजाखालच्या फटीतून एक काळाभोर सर्प वळवळत आत सरकत असतो.

हरिनाथ हातातली काठी बाजूला टाकतात.

अत्यंत प्रेमाने ते त्या सर्पाला उचलून घेतात. त्याचे डोके मायेने थोपटतात. मग त्याला ओठाशी नेतात. सारा जोर एकवटून त्याच्या मुखाचे चुंबन घेतात. त्याने आणलेली सारी शक्ती, तारुण्य, एक नवे जीवन शोषून घेतात.

शुद्ध हरपता-हरपता निरांजनीच्या विस्फारलेल्या डोळ्यांना एवढेच दिसते की, तो कृष्णसर्प पुन्हा अचेतन होतहोत एक साधा छत्रीचा दांडा बनू लागला आहे. मघा तिनेच पाहुण्याला दिलेल्या, हरिनाथच्या छत्रीचा दांडा.

■

शाळेचा रस्ता

सुनीला पारनामे शाळेत चालली होती. पाटीदप्तर सांभाळीत, चपला फटक्फटक् वाजवीत, रंगीत रिबन लावलेल्या वेण्या उडवीत सुनीला घाईघाईने शाळेला चालली होती. शाळेत वेळेवर पोहोचायला हवे होते, नाहीतर उशीर झाला असता आणि बाईंची बोलणी खावी लागली असती, म्हणून सुनीलाचे सगळे लक्ष शाळेत वेळेवर पोहोचण्याकडे लागले होते. तिच्या चिमुकल्या आयुष्यात, शाळेत जाण्याला फार महत्त्व होते.

सुनीला अवघी आठ वर्षांची होती. सगळे म्हणत की तिला वयाच्या मानाने शहाणपणा फार आहे. हातावर हनुवटी टेकून ती घराच्या पायरीवर विचार करीत बसली की बरीच प्रौढ वाटे.

सुनीला एकसारखी कसला ना कसला विचार करीत असायची. वाचलेल्या, ऐकलेल्या, पाहिलेल्या आणि न पाहिलेल्या असंख्य गोष्टी ती मनात घोळवीत राही. कधीकधी त्या तशा का, याचा विचार करीत बसे. तिचे बाबा एवढे धिप्पाड, पण कधीकधी त्यांना लहान मुलासारखे धरून आणले जाई. असे का व्हावे हे सुनीलाला कळत नसे. बाबांना असे धरून आणले की ते लवकरच झोपी जात – पण त्याआधी ते जी काय बडबड करीत तिच्यातले अक्षरही सुनीलाला कळत नसे; पण या प्रकाराबद्दल तिने चुकूनही कुणाला कधी विचारले नव्हते. बाबांना विचारायचा तिला धीर नव्हता आणि आईला विचारले तर का कुणास ठाऊक, आई रडेल असे तिला वाटत असे; म्हणून हा प्रश्न तिने मनातल्या मनातच दाबून टाकला होता. एवढेच नाही तर त्याचे उत्तरही तिला नकळत उमगू लागले होते.

असले आणखी असंख्य प्रश्न तिच्या मनात जमा झाले होते. तिच्या शाळेतल्या आडिवरेकर बाई कधीकधी तिच्या अंगावरून हात फिरवीत. तो हात विलक्षण खरखरीत लागे. जणू एखाद्या प्राण्याचे पंजे बाईंच्या मनगटांना बसविले होते. जणू त्या हातांना निवडुंगाचे फडे होते. आपल्या आईचे हात पालवीसारखे मऊ असताना बाईंचे हात काटेरी कसे, हे सुनीलाला समजत नसे.

पण हेही तिने कधी कुणाला सांगितले नाही. सुनीला तशी अबोलच होती. खूप बोलावे असे तिच्या मनात येई; पण काही बोलायची तिला भीती वाटे. 'तू गप्प बैस. लहान आहेस तू अजून' – असे कुणी म्हणेल अशी धास्ती वाटायची. तरीसुद्धा ती

बोलायचे ठरवी. पण नेमके बोलायची पाळी येताच तिच्या घशाशी आवंढा येई आणि ठरविलेल्यातले फारच थोडे बोलणे शक्य होई. तेही घाबरत घाबरत. तुटकपणे. ऐकणारा खुळ्यात काढील की काय अशा शंकेने ती मग अधिकच गप्प व्हायची. निमूट बसून राह्यची.

मनातल्या मनात मात्र तिचे बोलणे अखंड चालू असायचे. गुडघ्यावर कोपर आणि तळहातावर हनुवटी टेकून डोळे विस्फारून सुनीला बसायची आणि मनातल्या मनात खूप बोलायची; आणि आश्चर्य म्हणजे तिचे हे मनातले बोलणे अत्यंत धिटाईचे आणि सुसंगत, लांबलचक असायचे. त्याला काही काळवेळ नसे. घरीच कशाला, शाळेतही एखाद्या बारीकशा प्रसंगाने तिचे हे बोलणे सुरू व्हायचे आणि तिची तंद्री लागायची.

सुनीला एकदा मनाशी बोलू लागली की त्या भरात तिला कायकाय सुचायचे! नको ते विषय निघत, नाही त्या आठवणी येत. सुनीला तशी भित्री नव्हती; पण काही विशिष्ट आठवणी निघाल्या म्हणजे तिच्या अंगावर सरसरून काटा उभा राही. एकदा तिला आडरस्त्याला झाडाखाली, दगडावर कोंबडे मारून त्याचे रक्त सांडलेले दिसले होते. ते आठवले की ती घाबरायची. एकदा जत्रेत एका माणसाने स्वत:च्या डोळ्यांतून बुबुळ काढून ते खिशात टाकलेले तिने पाहिले होते. ते काचेचे आहे असे कळल्यानंतरही तिची भीती कमी झालेली नव्हती. काहीकाही अगदी साध्या गोष्टीची तर तिला याहीपेक्षा अधिक भीती वाटे. त्या आठवल्या की तिचा जीव नुसता कासावीस होई. झिमझिम आवाज करीत दारावरून एकदा एक गाडी गेली होती – तिची भीती, वटवाघळांच्या उलटे लोंबण्याची भीती, कुलूप घातलेल्या खोलीची भीती, एकदा रात्री जाग आली असताना शांततेत एकदम ऐकू आलेल्या, आईच्या 'मारू नका हो!!... मारू नका!' अशा दबत्या किंकाळ्यांची भीती.

सुनीला तशी मुळीच भित्री नव्हती; पण घरात तिला कसे जखडल्या-सारखे, कोंडून घातल्यासारखे व्हायचे. सुनीलाचे घर का कोण जाणे, अगदी उदास असायचे. कधीकधी तर हा उदासपणा इतक्या थराला जाई की असे उदासवाणे बसून राहण्यापेक्षा त्या घराने मोठमोठ्याने रडावे असे तिला वाटायचे. आणि कधीकधी ते तसे रडायचेसुद्धा; रडायचे, एवढेच नव्हे तर मोठमोठ्याने हुंदके द्यायचे, आक्रोश करायचे, ओरडायचे, भडकून शिव्यासुद्धा द्यायचे... त्या घरात सुनीलाला आपण लहान आहोत, असे कधी वाटत नसे. ती लहान आहे असे इतर कुणालाही वाटत नसे. कुणी तिला खेळायला बोलावीत नसे की तिच्याशी खळखळून हसत नसे. स्वत:शीच बोलत ती बसून राही. आणि घराच्या कानाकोपऱ्यातल्या सावल्यांतून नाना भयप्रद आठवणीच मग तिच्या सोबतीला येत.

सुनीला शाळेत चालली होती.

आज आपण निघताना आईला हात हलवून दाखविला की नाही, हे तिला नीटसे आठवत नव्हते. रोज ती निघण्याच्या वेळेस आई पायऱ्यांवर उभी असायची. त्या वेळी घरात दुसरे कुणीच नसायचे. वडील कामावर गेलेले असत. गडीमाणूस नव्हतेच. सुनीलाला भावंडही नव्हते... पण आज आई पायऱ्यांवर उभी नव्हती. घरात कुणी आजारी होते. डॉक्टर आले होते. ते आईबाबांना गंभीरपणे काहीतरी सांगत होते. 'निमोनिया... निमोनिया...' गेले चार-सहा दिवस हा शब्द ऐकू येत होता. 'निमोनिया' – कसा छान आहे शब्द! ...निमोनिया ... लिनोलिया... डेलिया... या बाई या... घरात आजारी माणूस म्हणून आईला दारात यायला फावले नसेल; आणि उशीर होत होता, म्हणून सुनीला झटपट निघाली.

दूर कुठेतरी दहाचे टोले पडले. शाळा भरायला अजून तब्बल अर्धा तास अवकाश होता. पण कुणी सांगावे, टोले देणारे हे घड्याळ बरोबर नसेल तर? कदाचित ते मागेसुद्धा असेल. आणि मघाच कुणीतरी दटावल्यासारख्या आवाजात 'सुनीला, चल नीघ – तुझी वेळ झाली!' असे नव्हते का म्हटले?

सुनीलाने टोले मोजले नाहीत. ते दहाचे असावेत असा तिने आपला अंदाज केला; पण खरे तर ते दहानंतर थांबले नाहीत. ते आपले वाजतच राहिले. सुनीलाला मोठे चमत्कारिक वाटले. ती एकदम पळतच सुटली... पण थोड्या अंतरावरसुद्धा ते टोले ऐकू येतच राहिले.

सुनीला भरभर चालू लागली. आपण आजवर कधीच इतक्या भरभर चाललो नसू, असे तिला वाटत होते. इतक्या भरभर की हाताला वारेसुद्धा लागत होते. आपण इतकी घाई का करीत आहोत, हे तिचे तिलाच कळत नव्हते. मात्र कधी एकदा शाळेत पोहोचतो असे तिला झाले होते, एवढे खरे.

शाळेत जायला सुनीला नेहमीच उत्सुक असायची. घरात वावरताना तिच्यावर जे दडपण असे, ते शाळेत थोडे तरी कमी होई. शाळेत जायला पाऊल टाकले की तिला कसे मोकळेमोकळे वाटे. घरी कोणत्या क्षणी काय होईल याची खात्रीच नव्हती. त्या मानाने शाळा सुरक्षित होती. शाळेत तिच्या बरोबरीची मुले होती. सगळे कसे नीटनेटके, वेळच्या वेळी होणारे, घडी घातल्यासारखे ठाकठीक होते. शाळा हसायची, खिदळायची, गप्पसुद्धा बसायची. पण ते गप्प बसणे उदासवाणे नव्हते. शाळेत प्रकाश होता. कोनाडे नव्हते. सावल्याही नव्हत्या. शाळेत नेहमी दुपारची वेळ असायची. रात्र नसे की अंधारातल्या दबलेल्या किंकाळ्या नसायच्या. वेडेवाकडे बोलणे नसायचे. शाळेतल्या एकेका गोष्टीबद्दल तिला फार कुतूहल होते. नव्या बाई येतात कुठून, जुन्या बाई जातात कुठे, शिक्षकांना सगळे शिकविता येते तरी कसे, पट्टेवाल्याची बटणे चकाकतात कशी, या सगळ्याबद्दल कुतूहल.

मुख्य म्हणजे हजेरी बुकाबद्दल. ते हिरवट पुस्तक नेहमी बाईंच्या हातात असायचे आणि त्यातून त्या एकेक नावे वाचायच्या. त्यातली नावे वाचावीत, आपले नाव त्यात बघावे, असे सुनीलाला फार वाटायये. कुणीतरी तिला सांगितले होते की प्रत्येक नावापुढे महिन्याच्या शेवटी थोडी जागा सोडलेली असते आणि तिथे त्या त्या मुलीबद्दल शेरा लिहिलेला असतो. आपल्या नावापुढे काय शेरा असेल याचे सुनीलाला फार कुतूहल होते. पण हजेरीबुक असायचे नेहमी बाईंच्या ताब्यात. हजेरी संपली की पट्टेवाला येऊन ते घेऊन जायचा. त्यामुळे ते बघायला मिळणे शक्यच नसे.

सुनीला भराभर चालत होती; पण आज काही केल्या रस्ताच संपत नव्हता. आपण किती चाललो असे सुनीलाला होऊन गेले; पण रस्ता आपला पुन्हा तोच! सुनीलाला थोडे गोंधळल्यासारखे झाले. तीचतीच वळणे, त्याच त्या ओळखीच्या खुणा, तीचतीच झाडे तिला पुन:पुन्हा दिसत. मग वाटे, मघा आपण हे पाहिले की भासच झाला? काहीही असले तरी तो रस्ता मागे टाकण्याच्या पक्क्या निश्चयाने ती चालू लागली.

आणि पहिल्याप्रथमच आणखी एक गोष्ट सुनीलाच्या लक्षात आली. आज शाळेचा रस्ता प्रचंड रुंद दिसत होता. एकाच वेळी कित्येक वाहने शेजारी शेजारी राहून जाऊ शकतील इतका मोठा. पण आश्चर्य म्हणजे रस्त्यावर एकही वाहन नव्हते. रहदारी बिलकुल नव्हती. सबंध रस्ता अगदी मोकळा होता. शांत शांत होता. सुनीला अधिकच झपझप चालू लागली.

एवढ्यात कुणीतरी एकाएकी येऊन तिच्यासमोर उभे राहिले. वाट मागू लागले. एवढा रस्ता मोकळा असताना ती व्यक्ती समोरून हलेचना. सुनीला बिचकून बाजूला सरली. तो माणूस झिंगला होता. त्याच्या अंगाला दारूचा भपकारा येत होता. कपडे घाणीने माखले होते. बघता बघता तो तोल जाऊन पडला, काहीबाही बरळू लागला. सुनीलाला ते ऐकवेना. ती पुडे चालू लागली.

चालताचालता ती एका मोठ्या इमारतीसमोर येऊन पोहोचली आणि तिच्या लक्षात आले की आपण वाट चुकलो. शाळेत जाताना ही इमारत आपल्याला कधीच लागत नाही. इमारतीवर पाटी होती : 'वेड्यांचे इस्पितळ.' ती पाटी पाहून सुनीला इतकी घाबरली की ती तिथून धूम ठोकण्याच्या विचारात होती. एवढ्यात तिथल्या पांढरेशुभ्र कपडे घातलेल्या पहारेकऱ्यांनी तिला दंडाला धरून आत नेले. तिथे एक पांढरा पडदा टांगलेला होता. तो बाजूला करून सुनीला हळूच आत डोकावली. आत पलंगावर कुणीतरी झोपले होते, पलंगाशी गर्दी करून दोन-चार डॉक्टर उभे होते. ते अधूनमधून पलंगाकडे बघत आणि पुन्हा आपापसांत चर्चा करीत. त्यांच्यापैकी एक म्हातारेसे, मायाळू डॉक्टर म्हणत होते, 'हिच्या मनावर

फार ताण पडला आहे. तिला फार भीती वाटते आहे.’ दुसरे करड्या रखरखीत केसांचे डॉक्टर म्हणाले, ‘हिला जर अशीच भीती वाटत राहिली तर पुढेमागे ती वेडी झाल्याशिवाय राहणार नाही.’ तेव्हा तिसरे दातपडके डॉक्टर म्हणाले, ‘अहो, कसला आलाय ताण? तिला लिनोलिया झालाय लिनोलिया! दुसरं काही नाही.’ त्यांनी असे म्हणताच तिघेही डॉक्टर हसू लागले. सुनीलाने घाबरून पांढरा पडदा गच्च ओढून घेतला आणि ती तिथून पळत सुटली.

सुदैवाने दरवाजात मघाचे पहारेकरी नव्हते. त्यांच्या जागी एक बाई पाठमोरी उभी होती. ती सुनीलाच्या ओळखीचीच निघाली. सुनीलाने धावत जाऊन तिला मिठी मारली. पण दुसऱ्याच क्षणी ती दूर झाली. कारण ती बाई स्वतःच रडत होती. हुंदके देत ती सुनीलाला म्हणाली, ‘काय करू गं? अजून ते आले नाहीत. मला काळजी वाटते.’ एवढ्यात मघाच्या त्या दारुड्याला घेऊन तिघेचौघेजण तिथे आले. तशी ती बाई घाईघाईने पुढे झाली. सुनीला मात्र तिथून सटकली.

चालताचालता तिला वाटेत पाणी लागले. सुनीलाला पाणी फार आवडे. निदान एकदा पाण्यात पाय बुचकळून येण्याचा तिला मोह झाला. ती खडकातून चालू लागली. आता ती पाण्याशी पोहोचणार, इतक्यात तिला खडकावर रक्त दिसले. थेंबथेंब ठिबकत ते पाण्यात पडत होते आणि पाणी लाल होत होते. होताहोता सगळेच पाणी लाल-लाल झाले. रक्तासारखे दिसू लागले. हळूहळू त्या रक्ताच्या लाटा तिच्या दिशेने झेपावू लागल्या. खडकांतल्या चिरांतून ते रक्त झिरपू लागले. तशी सुनीला पळतपळत रस्त्यावर आली. पुन्हा शाळेच्या दिशेने चालू लागली.

एवढ्यात काळोख पडायला सुरुवात झाली. पहिल्याने ऊन नुसते हिरवेहिरवेगार होत गेले आणि मग दाट जंगल असते तसा हिरवामिट्ट अंधार सगळीकडे पसरला. शाळेत पोहोचायला आता फारच उशीर होणार, या जाणिवेने सुनीला भेदरून गेली. तिने आपला चालण्याचा वेगही वाढविला.

– आणि एकदम तिच्या लक्षात आले, की नुसता वेग वाढवून काय उपयोग? आपला रस्ता मुळी चुकला आहे. इथली एकही खूण ओळखीची दिसत नाही. पण नाही तरी कसे म्हणावे? हे सारे कधीतरी, कुठेतरी पाहिल्यासारखे वाटते. सारे काही भराभर पालटत होते. आणि तरीही खूप वेळ तेच तेच राहत होते. स्वप्नातल्यासारखे नाहीतर सिनेमातल्यासारखे. कितीही चालावे तरी शाळा मुळी येतच नव्हती.

आईने तिला सांगून ठेवले होते, की पत्ता चुकला तर पोलिसाला विचारावा. पोलिसाची आठवण होताच तिच्या अंगातून शिरशिरी गेली. शेजारून एक ट्रॅम चालली होती. तिचा आवाज झिम्झिम्झिम् असा येत होता. गोष्टीतल्या राक्षसाच्या गळ्यातल्या अवजड माळा वाजाव्यात तसा तो आवाज तालबद्ध आणि जड होता.

साऱ्या वातावरणात जणू तो आवाज घुमत होता आणि त्याचे अधिकच जड प्रतिध्वनी येत होते. तो आवाज ऐकून सुनीलाची छाती धडधडू लागली, आणि तरीही ट्रॅममध्ये कोण बसले आहे, हे पाहण्याची तिला उत्सुकता वाटू लागली. तिने मान वर करून हळूच पाहिले. आत रांगेने कुत्रे बसले होते. स्वस्थ, पुतळ्यासारखे. फक्त त्यांच्या तोंडावर विकट हास्य होते, छाती धपापत होती आणि जिभा बाहेर पडून लसलसत होत्या.

सुनीलाला आडिवरेकर बाईंनी सांगितलेल्या रेड रायडिंग हूडची गोष्ट आठवली. तिला म्हणे जंगलात लांडगा भेटला होता. सुनीलाने लांडगा कधी पाहिला नव्हता. पण तो मोठा शिकारी कुत्र्याएवढा असतो, असे बाईंनी सांगितले होते. ट्रॅम आता दूर गेली होती; पण तिचा झिम्झिम् आवाज अजूनही अस्पष्ट ऐकू येत होता.

एवढ्यात सुनीलाच्या लक्षात आले की, ट्रॅममधून कुणीतरी उतरले आहे. ते तिच्या मागून येऊ लागले होते. ते कोण असावे, याची सुनीलाला कल्पना होती. तरीही तिने मागे वळून पाहिले. तो लांडगा होता! दिसत होता भल्यामोठ्या कुत्र्यासारखा; पण तो लांडगाच होता हे नक्की. खाड्खाड् बूट वाजवीत तो तिच्यामागून येत होता.

सुनीला पळत सुटली. बुटांचा खाड् खाड् आवाज पाठीमागून येतच होता. हवेतली थंडी फारच वाढली होती. सुनीलाचे दातसुद्धा वाजू लागले. थंड पाण्यात गटांगळ्या खाव्यात तसे आचके ती देत होती आणि तरीही धावत राहणे भागच होते. समोरून पोलिसांची एक तुकडीच्या तुकडी आली. त्यांच्यापैकी प्रत्येकाने आपल्याबरोबर एकेक कैदी चालवला होता. प्रत्येक कैद्याच्या हातात हातकड्या छन्छन् वाजत होत्या. आपला पाठलाग करणाऱ्या लांडग्याविषयी पोलिसांना सांगावे, असे सुनीलाला एकदा वाटले; पण त्याचा काही उपयोग नव्हता; कारण लांडग्याच्या हातात घालायला त्यांच्याकडे हातकड्याच शिल्लक नव्हत्या. दुसरे म्हणजे त्यांनी सुनीलाला बोलूच दिले नसते. तिची सबंध हकीकत ऐकून न घेता त्यांनी कदाचित तिलाच पकडले असते व लांडग्याला शाळेत पोहोचविले असते. म्हणून सुनीला त्यांच्याशी अक्षरही बोलली नाही. त्यांची सबंध पलटण 'डावा-उजवा,' 'डावा-उजवा' करीत जाईपर्यंत वाट पाहणे मात्र तिला अशक्यच होते. कारण बुटांचा आवाज जवळजवळ येऊ लागला होता. ती तशीच पलटणीत घुसली.

पलटणीच्या दुसऱ्या अंगाने सुनीला बाहेर पडली तरी तो आवाज येतच राहिला. आई शिकेकाई कुटायची तसा तो आवाज येत होता. खट् खट् खण्... खट् खट् खण्... सुनीलाच्या अंगावर काटा उभा राहिला. इतके धावूनही तिची थंडी कमी होत नव्हती. आता लांडगा नुसता हात लांब करून तिला पकडू शकला

असता. इतक्यात सुनीलाला एक घोळका दिसला. बचावासाठी ती त्यात सामील झाली.

एक डोंबारी खेळ करून दाखवीत होता. त्याने सुनीलावर बोट रोखले. त्यासरशी ती पुढे झाली. त्याने खूण करताच तिने हात पुढे केला. तशी त्याने पटकन आपली जीभ काढून तिच्या हातावर ठेवली. सुनीला किंचाळून हात झटकू लागली; पण तिचा हात हलेचना. लाकडाचा करावा तसा तो निश्चल झाला होता. ती किंचाळू लागली. लोक हसू लागले. त्यामुळे डोंबाऱ्याला अधिकच अवसान चढले. त्याने पटापट आपली दोन्ही बुबुळे काढून तिच्या हातावर ठेवली. मोठमोठ्याने ओरडत सुनीला तिथून पळत सुटली. पण लोकांना हे आवडले नाही. आरडाओरडा करीत ते तिच्या मागे लागले. आता आंधळा झालेला तो डोंबारी तर सर्वांच्या पुढेच होता.

एकदम सुनीलाला ती मघाची बाई दिसली. तिने धावतच जाऊन त्या बाईच्या कमरेला मिठी मारली. तोवर चिडलेला जमाव तिथे आलाच. नसलेल्या डोळ्यांनी डोंबारी सुनीलाकडे रोखून पाहू लागला. खाड् खाड् बूट वाजवीत लांडगाही एव्हाना तिथवर आला. पण त्या बाईच्या कमरेला मिठी मारल्यामुळे सुनीलाला कितीतरी सुरक्षित वाटत होते. यांच्यापैकी कुणीच आपल्याला तिच्यापासून ओढून घेऊ शकणार नाही, याची तिला खात्री होती.

दुसऱ्याच क्षणी कुणीतरी खसकन तिला ओढले. त्या बाईने किंकाळी फोडलेली ऐकू आली. मघाचा तो दारुडा काठी उगारून त्या बाईला मारू लागला होता. आता सुनीलाच त्या बाईच्या मदतीला धावली. दोघांच्या मधे पडून ती मुकाट्याने स्वतःच्या अंगावर मार घेऊ लागली. दारुडा त्वेषाने काठ्यांवर काठ्या हाणत होता आणि सुनीला तो सारा मार मुकाट्याने सहन करीत होती.

एकदम तिला या माराने बरे वाटू लागले. सगळे अंग मोकळे झाल्यासारखे झाले. गादी झोडपल्यानंतर धुरळा उठावा तसा तिचा ताण एकदम उडून गेला. दुःखाची, वेदनेची पुसटशीही जाणीव तिला राहिली नाही. जी भीती सगळे अंग भरून राहिली होती, ती त्या माराने अंगावेगळी झाली. तो डोंबारी, तो जमाव, तो लांडगा, पोलिस, कैदी, ती ट्रॅम, खडकावरून ठिबकणारे ते रक्त – या साऱ्यासाऱ्यांचे काही वाटेनासे झाले. अंगावर पडणाऱ्या त्या काठ्यांनी सगळे शरीर जसे सुखावून निघाले. एक विलक्षण आनंद मनात दाटला. मोठमोठ्याने हसत सुटावे, असे सुनीलाला वाटू लागले.

– आणि त्याच क्षणी तिला शाळा सापडली. शाळा समोरच होती.

सुनीलाने पाटीदप्तर सारखे केले, फ्रॉक झटकला आणि ती बाहेरच्या मोठ्या प्रवेशद्वारातून आत शिरली.

शाळेत सगळे शांत होते. विलक्षण शांत. शाळा भरली होती; पण कुठल्याही वर्गातून शिक्षकांचा किंवा मुलांचा आवाज येत नव्हता.

आणि सगळी शाळा पांढरीशुभ्र दिसत होती. तिचा मूळ रंग सुनीलाला चटकन आठवेना; पण रातोरात त्या इमारतीला पांढराशुभ्र रंग दिलेला दिसत होता.

कंपाउंडमधल्या झाडांवर एकही पान शिल्लक नव्हते. एका रात्रीत सगळी झाडे निष्पर्ण झालेली दिसत होती.

सगळीकडे विलक्षण शांतता पसरली होती. एरवी शाळा भरल्यानंतर वर्गात जायला सुनीलाला कोण भीती वाटायची! पण आज तिची सगळी भीती नाहीशी झाली होती. ताठ मानेने ती त्या थंड शाळेच्या पायऱ्या चढू लागली.

रोजच्या सवयीने तिने वर्गाच्या दारातून आपल्या जागेकडे पाहिले. ती अर्थातच रिकामी होती. सुनीला तिथे जाऊन बसली. तिला तसा काही विशेष उशीर झाला नव्हता. आडिवरेकरबाईंनी नुकतीच हजेरी घ्यायला सुरुवात केली होती. सबंध वर्ग आज गप्प होता. कोणी हसत नव्हते की गडबड करीत नव्हते. फक्त आपले नाव घेतले की हळूच 'हजर' म्हणत होते.

सुनीलाला त्या शांतपणाचे खुदकन हसू आले. तिला सगळ्याचीच गंमत वाटत होती. बाहुल्यांसारख्या निमूट बसलेल्या सगळ्या मुलांना गुदगुल्या करून, ती थांबणारच नाहीत इतके हसवावे, असे तिला वाटले.

संथ पाण्यात दगड टाकावा, तशा त्या शांततेत बाई एकेक नाव घेत होत्या. सुनीला कान देऊन ऐकत राहिली. सगळ्यांची नावे घेऊन झाली तरी बाईंनी सुनीलाचे नाव घेतलेच नाही.

सुनीला शांतपणे जागेवरून उठली. तिने टेबलावरचे हजेरीबुक घेतले. ते उघडून पाहण्याची तिला कधीपासून इच्छा होती. नेहमी त्याला हात लावायचा तिला धीर होत असे; पण आज मुळी भीती तिला सोडूनच गेली होती.

हजेरीबुकात तिने सर्वांची नावे पाहिली. सर्वांपुढचे शेरे वाचले. तिची कल्पना होती तसे ते मजेदार नव्हते. त्यात नुसती 'अमूक महिन्यापासून नाव काढले,' 'नवीन आली,' 'फी राहिली आहे.' असली सामान्य माहितीच होती.

तरीही तिने आपले नाव काढून पाहिले : 'सुनीला पारनामे.' हजर-गैरहजरची जागा रिकामी होती. पुढे शेरा. त्यात बाईंनी आपल्या काटेरी हातांनी त्या दिवसाची तारीख घातली होती आणि पुढे लिहिले होते : –

'न्यूमोनियाने वारली.'

■

ती, मी आणि तो

मनुष्य खून का करतो? बहुतेक वेळा स्वार्थासाठी करतो. एखादा म्हातारा काका मेल्यानंतर त्याची इस्टेट पदरात पडायची असते म्हणून त्याचा काटा काढतो; किंवा आर्थिक नसला तर दुसरा कसला तरी स्वार्थी हेतू खुनामागे असतो. संसार मनाजोगता होत नसल्यास पत्नीची अडगळ वाटेतून दूर केली जाते. सामाजिक प्रतिष्ठेच्या आशेने प्रतिस्पर्ध्याचा निकाल लावला जातो. कधी आपले सुख हिरावून घेणाऱ्याचे पारिपत्य करून सूडाचे समाधान मिळविले जाते. हे सगळे खून करणारे लोक बहुधा हुशार आणि धूर्त असतात. स्वत:चा हेतू साधण्यासाठी ते बरोबर काळवेळ साधून, बऱ्याच आधीपासून योजना करून आपला कार्यभाग उरकीत असतात. स्वत:वर आळ येणार नाही, अशी काळजी घेतात आणि मग वैरी जगातून नाहीसा झाल्यावर समाधानाचा सुस्कारा सोडतात.

पण खुनी लोकांची याहीपेक्षा वेगळी अशी एक जात असते. हे लोक फार काही योजना करीत नाहीत; बेत करीत नाहीत. स्वत: ते कृत्य करताना पकडले जाऊ नये इतकी जाणीव त्यांना निसर्गत:च असते. त्यासाठी ते थोडीफार सावधगिरी घेतात. पण आधीपासून बेत करून एखाद्याचा खून त्यांना करायचा नसतो. कारण त्यांना मुळी आपला वैरी ठाऊकच नसतो. किंबहुना त्यांच्या हत्याराला बळी पडलेल्या व्यक्तीशी त्यांचे वैर नसतेच. कधीकधी तर साधी ओळखसुद्धा नसते. त्या हत्येचा त्या व्यक्तीशी काही संबंध नसतो. केवळ हत्येचे समाधान, एवढाच त्या कृत्यामागील हेतू असतो. असे खून करणारे खुनी हे एका परीने माथेफिरूच म्हटले पाहिजेत. तसे ते एरवी अगदी निरुपद्रवी आणि समंजस वाटतात. आपल्या हातून घडणाऱ्या कृत्यांबद्दल त्यांना शिसारी असते; परंतु नको असलेला आजार ज्याप्रमाणे हतबल करतो, त्याप्रमाणे अधूनमधून येणाऱ्या या लहरींपुढे ते अगदी असहाय असतात. एकदा का अशी लहर आली की ते जणू भ्रमिष्ट होऊन जातात. त्यांचे सगळे व्यक्तिमत्त्व बदलून जाते. आपण काय करीत आहोत, याचे भानच हरपते आणि मग ही माथेफिरू, भ्रमिष्ट माणसे केवळ हत्येच्या समाधानासाठी हत्यार उचलतात.

कालपरवाचीच गोष्ट.

मी पार्कमध्ये बसलो होतो. सूर्यास्त होऊन गेला होता. आकाशातले सगळे

नयनरम्य रंग पुसले गेले होते आणि तिथे हळूहळू एक करडी छटा पसरू लागली होती. पार्कमधली हिरवळसुद्धा धुरकट हिरवी दिसू लागली होती आणि दूरवरची झाडांची राई तर अधिकच गर्द दिसत होती. काळोखा- बरोबरच हळूहळू धुकेही तरंगत येत होते. अधलामधला देखावा पुसला जात होता आणि त्याला एकंदरीतच एक गूढ, अमानुष कळा चढली होती.

मी आपला हातातला पेपर उलटसुलट फिरवीत, वाचलेल्या त्याच-त्याच बातम्या परतपरत चाळीत होतो. आजच्या पेपरमध्ये एक बातमी अगदी ठळक अक्षरांत छापलेली होती : 'शहरात नरराक्षसाने सुरू केलेले हत्याकांड!' – अशा शीर्षकाखाली छापलेल्या त्या बातमीचा सारांश असा होता : शहरात एक खुनी इसम मोकाट सुटला होता आणि त्याने आजवर तीन सुंदर तरुणींची हत्या केली होती. या तिन्ही तरुणींमध्ये कसलेही नाते नव्हते. एवढेच नाही तर त्या तिघीही समाजाच्या सर्वस्वी भिन्न पातळ्यांमधल्या होत्या. एक नर्स होती, एक वेश्या होती, तर एक कॉलेज- विद्यार्थिनी होती. हे तिन्ही खून सुऱ्याने केलेले होते. सुरा मारण्याच्या पद्धतीवरून ते एकाच व्यक्तीने केले असावेत, असे वाटत होते. सुरा चालवायला जो जोर लागला होता, त्यावरून एखाद्या तगड्या पुरुषाचे हे काम असावे, असे वाटत होते. तिन्ही प्रेतांवर बलात्काराच्या कसल्याही खुणा नव्हत्या; त्यामुळे अत्याचार करून हे खून केले गेले असे मानायला जागा नव्हती. खुनी इसमाचा या खुनांमागील हेतू काय, हेच पोलिस खात्याच्या लक्षात येऊ शकत नव्हते. त्यामुळे मानसशास्त्रज्ञ ज्याला एक संहारक विकृती म्हणतील, एवढेच त्या गुन्ह्यांचे स्पष्टीकरण देता येत होते.

लहर... एक क्षणिक लहर... सुंदर तरुणी दिसताच मनात निर्माण होणारी एक विकृत भावना...

पार्कमधील बहुतेक माणसे निघून गेली होती. दिवसभराची मुलांची गजबज अगदी बंद पडली होती. पार्कमधले कारंजेसुद्धा बंद झाले होते. बँड थांबला होता. दिवसभर हसणाऱ्या-खेळणाऱ्या त्या पार्कला आता स्मशानकळा आली होती. हवेतील थंडीही वाढू लागली होती.

माझ्याखेरीज फक्त आणखी एकच मनुष्य तिथल्या बाकावर बसला होता.

काळोख पडू लागला होता. हळूहळू पेपरवरची अक्षरे दिसेनाशी झाली होती तेव्हा मी पेपर चाळणे थांबविले. मला घरी जायची घाई नव्हती म्हणून मी तसाच आजूबाजूला बघत बसून राहिलो. बाकावर बसलेल्या माणसाने एकदम माझे लक्ष वेधून घेतले.

तो एक तगडा तरुण मनुष्य असावा. असावा म्हणण्याचे कारण असे की, त्याने आपली हॅट शक्य तितकी कपाळावर ओढून घेतली होती. त्यामुळे त्याचा

चेहरा नीट दिसत नव्हता खरा; पण तो कुणाच्या लक्षात येऊ नये म्हणून जर त्याने तसे केले असेल तर तो मोठासा शहाणपणा नव्हता. कारण त्या हॅटमुळे त्याच्याकडे कुणाचेही लक्ष चटकन वेधले असते. एक तर आपल्याकडे फार थोडे लोक हॅट वापरतात आणि दुसरे म्हणजे वापरली तर ती उन्हासाठी वापरतात. रात्री-अपरात्री घालून फिरत नाहीत. त्याच्या अंगावरही जाड लांब कोट होता. त्याची कॉलरदेखील त्याने शक्य तेवढी वर खेचून घेतली होती.

मधूनमधून तो सिगरेट पेटवीत होता. तेव्हा त्याच्या चेहऱ्यावर प्रकाश पडत असे; पण इतक्या अंतरावरून त्याचा चेहरा दिसणे शक्य नव्हते.

पार्कमधले दिवे लागले; पण त्यांचा प्रकाश फार मंद होता. शिवाय माझ्या बाकाच्या जवळ दिवा नव्हता. नाहीतर मी पुन्हा पेपर वाचू लागलो असतो. अर्थात मी आजूबाजूला पाहतच बसून राहिलो.

झाडांमध्ये पाखरे फडफडू लागली.

एका रिकाम्या बाकावर एक तरुणी येऊन बसली.

ती तरुणी सुंदर असावी. निदान आकर्षक तरी असावी. तिच्या बाकाजवळच दिवा जळत असावा. त्याच्या प्रकाशात तिची आकृती देखणी दिसत होती. रूप अगदी स्पष्टपणे कळत नव्हते; पण वर्ण गोरा होता आणि शरीरयष्टी नाजूक पण मोहक होती.

हॅटवाल्या माणसाने मान वर उचलून तिच्याकडे पाहिले. क्षणभर तो तिच्याकडे पाहतच राहिला. मग त्याला मी तिथे असण्याची जाणीव झाली असावी. क्षणभर तिने माझ्याकडे पाहिले आणि मग माझेही त्याच्याकडे लक्ष आहे, हे ध्यानात येताच तो दुसरीकडे पाहू लागला.

त्या मुलीच्या हातात पर्स होती. ती बहुधा नोकरी करणारी मुलगी असावी. पण मग इतक्या उशिरा ती पार्कमध्ये काय करीत होती? घरी कोणी हिची वाट पाहणारे नव्हते की काय? आणि समजा नसले, तरी इतक्या उशिरा अशा ठिकाणी येऊन बसणे धोक्याचे नव्हते का? आजच्या पेपरमधील 'ती' बातमी हिने वाचलेली दिसत नसावी. त्या बातमीत शेवटी असा स्पष्ट इशारा दिलेला होता की, तरुण मुलींनी आता संध्याकाळी उशिरापर्यंत बाहेर राहणे धोक्याचे आहे.

तिने पर्स उघडली. तिच्यातले एक पत्र बाहेर काढले. ते फारच चुरगळलेले असावे; कारण ते पुन्हा सरळ करायला तिला बरेच प्रयास पडले. पत्र सरळ करून ती दिव्याच्या मंद प्रकाशात वाचू लागली.

पत्र वाचतावाचता ती हातातल्या छोट्या रुमालाने अधूनमधून डोळे पुशीत होती. त्या अर्थी त्या पत्रातल्या मजकुराने तिला दुःख होत असावे. आणि तरीही का कोण जाणे, ती ते पत्र वाचीतच होती. पुन:पुन्हा वाचीत असावी. कारण ते

एवढेसे पत्र तिच्यासमोर कितीतरी वेळ होते. तिची अवस्था आता माझ्या लक्षात येऊन चुकली होती. तिच्या मनाला यातना देणारे पण अत्यंत जिव्हाळ्याचे असे ते पत्र असावे. बहुधा तिचे प्रेम संपुष्टात आले असावे किंवा तसेच काहीतरी. त्यामुळे ते पत्र वाचण्यासाठी ती इथे अशी आडबाजूला येऊन बसली असावी. शोक करून मनातल्या दुःखाला थोडी वाट करून द्यावी, यासाठी. जिथे अश्रू पाहून चौकशी करायला कुणी परिचित नसतील अशा ठिकाणी. निसर्गाच्या सान्निध्यात. मनाला थोडे शांत वाटावे म्हणून. स्वतःच्या दुःखामुळेच, साहजिकपणे तिला या अशा कातरवेळी इथे येण्यातला धोका जाणवला नसावा.

तो हॅटवाला गृहस्थ तिची प्रत्येक हालचाल न्याहाळीत होता. मधूनमधून त्याचा हात कोटाच्या खिशात जात होता.

आता काळोख चांगलाच पडला होता. दूरवरून एखाद्या कुत्र्याचे विव्हळणे ऐकू येत होते. बाकी सारे शांत होते. हळूहळू पूर्व दिशेला प्रकाश दिसू लागला. त्यामुळे पार्कमधले दिवे अधिकच मंद वाटू लागले. आता चंद्रोदय जवळ आला होता. असे म्हणतात की, भ्रमिष्ट मेंदूवर चंद्राचा अधिकच वाईट परिणाम होतो.

हॅटवाला गृहस्थ अस्वस्थपणे माझ्याकडे पाहत होता; पण तो किंवा ती तरुणी पार्कमधून उठेपर्यंत मी माझ्या जागेवरून उठणार नव्हतो.

ती तरुणी मात्र आपल्याच दुःखात बुडून गेल्यासारखी बसून राहिली होती. आम्हा दोघांकडे तिचे लक्ष नव्हते. एकवार तिने उजळलेल्या पूर्व दिशेकडे पाहिले आणि पुन्हा ती डोळे टिपू लागली.

माझ्याच्याने राहवेना. मी खिशातून फाउंटनपेन काढले. त्यात लाल शाई होती. त्या पेनने मी पेपरमधल्या बातमीभोवती एक तांबडा चौकोन काढला. बाजूला लिहिले : 'टेक केअर!' आणि तिच्याजवळ गेलो. अदबीने तिच्या शेजारीच तो पेपर टाकला आणि माझ्या बाकावर परतलो.

माझी ही युक्ती प्रमाणाबाहेर यशस्वी झाली. तिने माझ्याकडे ओझरते पाहिले; पण त्याहीपेक्षा, कुतूहल न आवरून त्या पेपरवर तिने नजर टाकली आणि मग ती तो मजकूर वाचू लागली. याऐवजी मी जर तिच्याशी जाऊन बोललो असतो, तर कदाचित आपले अश्रू दिसल्याची लाज वाटून ती कावरीबावरी झाली असती. मग माझ्यावर चिडली असती. मला अद्वातद्वा बोलली असती. कदाचित ओळख नसताना पार्कमध्ये एकदम भेटून बोलल्यामुळे माझ्या हेतूविषयीही तिला शंका आली असती. मला जे सांगायचे होते, ते मग तिला केवळ निमित्तमात्र वाटले असते. तिने ते ऐकून तरी घेतले असते की नाही, हे सांगणे कठीण. मग अशा विचित्र गोष्टीचे स्पष्टीकरण...

विस्फारित नजरेने तिने तो सारा मजकूर वाचला. पुनःपुन्हा वाचला. एकदाच

तिने माझ्याकडे पाहिल्यासारखे केले आणि नंतर ती समोरच्या हॅटवाल्याकडे पाहू लागली. म्हणजे माझा इशारा तिला बरोबर समजला होता. चकित नजरेने ती त्याच्याकडे पाहतच राहिली.

त्याने शांतपणे खिशातून सिगारेट काढली आणि शिलगावली.

तिने इकडेतिकडे पाहिले... पुन्हा ती त्याच्याकडे पाहू लागली.

त्याने कोटाच्या खिशात हात घातला. आगपेटी ठेवली. इतर वस्तू चाचपल्यासारखे केले. हे सारे करताना तो तिच्याकडे पाहतच होता.

आता मात्र ती घाबरल्यासारखी दिसू लागली. सगळीकडे मान वळवून तिने कुठे कुणी दिसते का, हे पाहिले. जवळपास चिटपाखरूही नव्हते. फक्त ती, मी आणि तो.

होता होता चंद्रोदय झाला. पार्कमधली हिरवळ राखेसारखी दिसू लागली. चंद्रप्रकाशात त्या इसमाची काळी आकृती अधिकच गूढ व प्रचंड भासू लागली.

त्याची नजर अजूनही तिच्याकडे रोखलेलीच होती.

आता मात्र ती चांगलीच घाबरली असावी. कारण तिने आपले सामान गोळा केले आणि ती उठून उभी राहिली.

तत्क्षणी तोही उठून उभा राहिला.

क्षणभर तिचा गोंधळ उडालेला दिसला. काय करावे, हे तिला सुचेना. तोही जागचा हलत नव्हता. नवीन सिगारेट काढून आधीच्या सिगरेटवर ती पेटवीत तो एकाच जागी स्थिर उभा होता. तिला चालू लागणे कठीण वाटत होते. परत खाली बसावे तर तोही पुन्हा तळ देऊन बसेल याबद्दल तिला मुळीच शंका नव्हती. दूरवरची झाडांची राई सळसळत होती. त्यामुळे काळोखाच्या लाटा फुटत राहाव्यात तसे वाटत होते. आपण वाचलेल्या बातमीतील भीती तिला आता पूर्णार्थाने जाणवू लागली होती.

शेवटी एकटीनेच जाण्याचा तिचा धीर मावळला. ती माझ्या बाकाशी येऊन उभी राहिली आणि अत्यंत दीनवाण्या सुरात म्हणाली, 'मला पोहोचवता?'

मी होकारार्थी मान डोलावली. तेवढ्यानेच तिला किती धीर आला!

माझ्या सोबतीने कुणालाही धीर यावा यात नवल नव्हते. माझा चेहरा सौम्य आणि सस्मित आहे. माझ्यावर कुणाचाही चटकन विश्वास बसतो. मी तसा मध्यम-वयीन आहे; पण अजूनही दोन-तीन तरुणांना लोळवीन, एवढी ताकद माझ्यात आहे.

मी उठलो आणि स्मित करून तिला म्हणालो, 'चला.'

भीती ही किती प्रभावी भावना आहे, हे माझ्या त्या वेळी प्रथमच इतके चांगले

लक्षात आले. आत्ताच्या या भीतीच्या भावनेने तिचे मघाचे सारे दु:ख पुसून टाकले होते. तिच्या साऱ्या आयुष्याशी निगडित असलेले ते दु:ख आणि ते पत्र, ती या क्षणी साफ विसरून गेली होती. आता फक्त तिला हे क्षणच महत्त्वाचे वाटत होते. पार्कमधून बाहेर पडणे आणि सुखरूप घरी जाणे या घटनेला एकदम प्रचंड महत्त्व प्राप्त झाले होते. अगदी शक्याशक्यतेच्या कोटीतले. ती बातमी जर तिच्या नजरेला पडली नसती तर अजूनही ती त्या दु:खाला कवटाळून बसली असती. त्या दु:खापेक्षा मरण बरे, असे खुळ्यासारखे म्हणाली असती; पण आता तिला मरणातले दु:ख दिसू लागले होते...

भीतीने तिचा चेहरा आक्रसला होता. श्वासोच्छ्वास जोराने चालला होता. तोंडून शब्द नीट फुटत नव्हता. पण तरीही आयत्या वेळी माझी सोबत मिळाली याविषयी तिला थोडे समाधान वाटत होते. मी आपण होऊन जाऊन तिला जो इशारा दिला, त्याविषयी कृतज्ञता वाटत होती. माझी सहानुभूती ओळखूनच ती माझ्या आसऱ्याला आली होती.

आम्ही दोघेही पार्कच्या बाहेर पडलो.

मी खांद्यावरून वळून पाहिले.

तोदेखील निघाला होता.

तिलाही ते जाणवले; कारण तिच्या तोंडून 'स्स' असा उद्‌गार निघाला.

मी मुद्दामच थांबलो. तीही थांबली.

तोदेखील थांबला. खिशातून काहीतरी पडल्याचा बहाणा करीत. इकडेतिकडे शोधल्यासारखे दाखवीत.

मग मात्र आम्ही चालू लागलो.

आमच्या मागे, थोडे अंतर राखून, तोही चालू लागला.

पार्कच्या बाहेर कुणीही नव्हते. सहसा असे नसते. पण आज कुणीही नव्हते. पोलीस नव्हता यात काही आश्चर्य नव्हते. पण भिकारी, जुगारी असलेही कुणी नव्हते.

बाहेर पडताच आम्ही डावीकडून चालू लागलो. तो इसम बहुधा उजवीकडे वळणार नाही, असे आम्हाला वाटत होते. तसेच झाले. त्याने आमच्या पाठीमागे येणे चालूच ठेवले. डांबरी रस्त्यावर त्याच्या बुटांचा टाप्-टाप् आवाज केवढा मोठा वाटत होता!

ती माझ्याबरोबर चालत होती तरी भीतीने थरथरतच होती. हवेतील थंडी वाढत होती. तिचे दातही वाजू लागले. त्याच्या बुटांच्या प्रत्येक नादाबरोबर ती दचकत होती. असहायपणे माझ्याकडे पाहत होती. माझ्या शक्तीवर तिचा विश्वास होता; पण तरीही पाठलाग करणाऱ्या माणसाचे काहीएक अतिमानवी भय तिला वाटत असावे. मधेच ती माझ्या अगदी जवळून चालू लागे. माझे परकेपण लक्षात येताच दूर होई.

ती सुंदर होती यात शंकाच नाही. भीतीच्या अशुभ सावलीखालूनही तिचा चेहरा मोहक वाटत होता. केस विस्कटलेले होते आणि त्यांच्या बटा कपाळावर लोळत होत्या. चंद्र वाटभर आमच्याबरोबर होता. मधेमधे तो ढगांतून बाहेर पडत होता, तेव्हा तिच्या केसांवर एक हलकी रेशमी तुकतुकी येत होती. खांद्याला लटकवलेली तिची पर्स तिच्या धपापणाऱ्या जिवासारखीच वर-खाली होत होती...

आणि पाठीमागे तो न थांबणारा आवाज!...

टाप् टाप्!... टाप् टाप्!...

तिला धीर यावा म्हणून मी थोडेफार बोलत होतो. तीही अधूनमधून उत्तरे देत होती. तिने सांगितले की, तिचे घर माझ्या घराच्याही पुढे होते.

रस्त्यावर एकही टॅक्सी नव्हती. मध्येच एखादी प्रायव्हेट गाडी जाई. पण रस्ता निर्मनुष्य असल्यामुळे ती इतकी जोरात जाई की, तिला थांबविणे अशक्यच होते.

सबंध रस्त्यावर आम्ही तिघेच होतो. ती, मी आणि तो!

रस्त्याकडेचे एखादे कुत्रे मधेच जागे होऊन भुंकू लागे. याप‌लीकडे कसलाही आवाज नव्हता. आमच्या चपलांचा आवाज आणि पाठीमागे... टाप् टाप् टाप् टाप्!...

भीतीमुळे तिच्याने चालवत नव्हते. तरीही तिचा वेग अधिकाधिक वाढत होता.

आम्ही वेग वाढविला की त्याचाही वेग वाढत होता. आता तो मुळीच थांबत नव्हता. सिगरेट शिलगावण्यापुरतादेखील!

चंद्रप्रकाशात रस्ता अजगरासारखा पसरला होता. नेहमीच्या ओळखीच्या वस्तूंनाही करडे-काळे, भीषण आकार आले होते. तिच्या तोंडून भीतीने शब्द फुटत नव्हता. मी मधूनमधून हात बगलेत धरून ऊब आणण्याचा प्रयत्न करीत होतो. एक मात्र खरे. त्याच्या-आमच्यातले ठराविक अंतर कायम होते. त्याहून जवळ येण्याचा प्रयत्न तो करीत नव्हता.

होताहोता माझे घर आले. मी पोहोचवायला आलो असतो तरीही ती पुढे जायला नाखूष होती.

ती माझ्याबरोबर वर आली.

माझ्या इमारतीत आम्ही येताच बुटांचा आवाज अर्थातच बंद झाला. असे वाटले की जसा काही तो युगानुयुगे ऐकत होतो!

दार उघडताच ती खुर्चीत कोसळली. विलक्षण ताण पडल्याने तिला थकवा आला होता. एवढ्या थंडीत तिचा चेहरा घामाने डबडबला होता.

'पाणी ऽ ऽ...' तिने कसेबसे पाणी मागितले.

मी तिला पाणी आणून दिले.

आणि चहा ठेवायला घरात गेलो.

माझी नजर खिडकीतून बाहेर गेली. निळ्याशार आकाशात मोठे, वाटोळे चंद्रबिंब उगवले होते. ते झगझगत होते; लहानमोठे होत होते.

मी बाहेर आलो.

ती मोठ्याने किंचाळली.

दार धाडदिशी उघडले गेले.

दारात तो उभा होता!

त्याच्या तोंडातली पोलिसाची शिटी कर्कश वाजली. एकदा... दोनदा... तीनदा...

– आणि माझ्या हातातला सुरा खाली गळून पडला!

निमाची निमा

ती रात्र मला अजूनही अगदी स्पष्ट आठवते. निमाची समजूत काढण्याची रात्र. अतिशय अवघड वाटलेला प्रसंग.

कितीतरी दिवस मी मनाची समजूत घालीत होतो. मनाला पढवून ठेवीत होतो. तरीही मनाची तयारी होत नव्हती.

निमा... आईवेगळी पोर...

अजाण, भाबडी आणि अतिशय गोड मुलगी...

तिला बापापासूनही दूर करायचे?

खरे म्हणजे या बाबतीत तिच्याइतकीच माझीही वाईट अवस्था होती. आम्हा दोघांनाही एकमेकांशिवाय दुसरे कोणीच नव्हते.

पण माझा नाइलाज होता. मध्यप्रदेशातल्या धरणांवर मला जावे लागणार होते. रखरखीत, वैराण प्रदेशात. बरे, एकाच ठिकाणी फार वेळ राहायचे नव्हते. आज इथे, तर उद्या तिथे. वेडावाकडा, वाटेल तसला प्रवास. त्यात निमाचे हालच झाले असते. एखादवेळी तिच्या नाजूक तब्येतीलाही त्यात धोका होता.

शिवाय मी दिवसभर कामावर जाणार. तेव्हा तिच्याकडे कोण लक्ष ठेवणार?

आणि प्रश्न तसा फार दिवसांचा नव्हता. सहा-आठ महिन्यांचाच तर होता.

मी निमाला माझ्या एका लांबच्या बहिणीकडे ठेवून जाणार होतो. ती माझ्याहून वयाने बरीच मोठी होती. फार वर्षांत आमची भेट नव्हती. तिचे गावही आमच्यापासून तसे लांब होते.

पण मला दुसरे कुणी जवळचे नव्हते. जी होती त्यांचा गोतावळा फार मोठा होता. बायोच काय ती एकटी होती. तिला निमाकडे लक्ष पुरविता आले असते.

हे सारे मी त्या रात्री निमाला समजावून सांगितले.

अजून ती रात्र जशीच्या तशी आठवते. रात्र शांत होती. बाहेर सारे निःस्तब्ध होते. मधूनच एखादा वाऱ्याचा झोत खिडकीतून आत येई तेवढाच.

मी सारे विजेचे दिवे मालवून चार मेणबत्त्या लावल्या होत्या. मेणबत्त्यांचा मंद प्रकाश मला फार आवडतो. कित्येकदा मी विशेष काही काम नसेल तेव्हा विजेचा भगभगीत प्रकाश बंद करून मेणबत्त्या लावीत असे. त्या शांत प्रकाशात निमाशी गप्पा मारीत बसत असे.

त्या रात्रीसुद्धा मी तेच केले होते.

पण नेहमीसारख्या आमच्या गप्पा आज रंगत नव्हत्या. निमाचे नेहमीचे खळखळून हसणे त्यात नव्हते.

निमा आज अबोल होती. तिच्या मांडीवरच्या निमासारखी.

ती दुसरी निमा कधीच बोलत नसे – म्हणजे माझ्याशी. बाकी दोघी निमांचे खूप हितगूज चाले.

निमा स्वतःला ठाऊक असलेले सारे काही छोट्या निमाला सांगे. तिनेच तिला स्वतःचे नाव दिले होते. निमाला फ्रॉक शिवला की त्याच कापडाचा छोटा फ्रॉक छोट्या निमाला शिवावा लागे. तिला दिलेल्यातला थोडा खाऊ छोट्या निमासाठी राखून ठेवावा लागे.

एक माझी निमा होती. दुसरी निमाची निमा होती; पण दोघीही निमाच होत्या.

दोघीही मोठ्या समंजस होत्या. निमाने कधी कसला हट्ट धरल्याचे मला आठवतच नाही. सांगितलेले सारे ती पटवून घेत असे. थोडे त्रासाचे असले तरी निमूटपणे सहन करीत असे.

निमाच्या समजूतदारपणावरच तर माझी सारी भिस्त होती.

वाऱ्याच्या झोताने मेणबत्तीची ज्योत थरथरत होती. आम्हा तिघांच्या सावल्या भिंतीवर हेलकावे खात होत्या.

मी सांगितलेले सारे निमाने निमूटपणे ऐकून घेतले. रडण्याचा, चिडण्याचा, हट्ट करण्याचा तिच्या बाबतीत प्रश्नच नव्हता. ती माझ्या शब्दाबाहेर जाणेच शक्य नव्हते. तिच्या या मूक संमतीनेच माझ्या काळजात चर्रर झाले. वाटले, हा भाबडा जीव आपल्यावर किती अवलंबून आहे! आपला निर्णय चुकला तर...

निमाचे मोठमोठे डोळे पाण्याने भरून आले होते; पण ते पाणी डोळ्यांबाहेर सांडू न देण्याची ती पराकाष्ठा करीत होती. शहाण्या मुली रडत नाहीत, असे मी तिला कधीतरी सांगितल्या दिवसापासून ती शक्यतो रडत नसे. आपल्या चिमुकल्या हाताने ती मांडीवरच्या निमाला थोपटीत होती. जणू मनातल्या मनात ती तिची समजूत काढीत होती. तिला सांगत होती – 'रडू नकोस. शहाण्या मुली रडत नाहीत... कधीच रडत नाहीत...'

त्या रात्री आणखी काही बोलायचा धीर झाला नाही. तिला खुलविण्यासाठी काही सांगणे, तिला खोटेखोटे हसविणे, आनंदी असल्याचा देखावा करणे मला शक्य झाले नाही. माझा प्रत्येक शब्द ती जिवाचे कान करून ऐकत होती. तिथे खोटेपणाला वावच नव्हता.

मी जर तिला म्हटले असते की तू हस; नाहीतर मला वाईट वाटेल; तर ती हसली असती. माझ्यासाठी ती नक्कीच हसली असती; पण मी तिला तसे करायला भाग पाडले नाही.

देवदूत कुणी पाहिलेले नाहीत. पण ते कसे दिसत असतील याची कल्पना मला मेणबत्तीच्या प्रकाशातला तिचा तो चेहरा पाहून आली.

तिला इतके दिवस दूर ठेवायचे या कल्पनेने माझ्याही काळजात तुटत होत. तिच्याशी बोलत बसणे मला अधिकाधिक कठीण होत होते.

मी तिला नेऊन बिछान्यावर ठेवले आणि बाथरूममध्ये गेलो.

परत येताना दारातून मला निमाचा आवाज ऐकू आला. मी दारातच थबकलो.

निमा आपल्या निमाला सांगत होती, 'निमा, पपांनी काय सांगितलं ते समजलं ना? आतेकडं राह्यचं आणि आतेला त्रास द्यायचा नाही. काहीही झालं तरी आतेचं ऐकायचं; आणि रडायचं नाही. कधीच रडायचं नाही.'

माझ्याने राहवेना. मी पुढे होऊन निमाला पोटाशी धरले.

बायोच्या घराशी आम्ही पोहोचलो तेव्हा संध्याकाळ झाली होती. त्या उदासवाण्या प्रकाशात बायोचे घर अतिशय कळाहीन दिसत होते. खालच्या खोल्यांमध्ये अजून दिवा लागलेला नव्हता आणि माडीवरचा प्रकाश वरच्या दोन खिडक्यांमधून मिचमिचत होता. त्यामुळे ते काळे धूड एखादा दोन्ही पाय कापलेला कुबडा फतकल मारून बसावा तसे दिसत होते. आजूबाजूला फारशी जाग नव्हती.

दारात फड्या निवडुंग लावलेला होता. नंतर बायोने मला सांगितले की फुलझाडे लावली तर पोरेटोरे येऊन त्रास देतात. निवडुंग लावला म्हणजे ढोरेसुद्धा अंगणात यायची धास्ती नाही. शिवाय मेहनत कमीच पडते.

त्या दारात पाऊल टाकताच निमा मला अधिकच बिलगली. एका हातात धरलेला माझा हात तिने अधिकच गच्च पकडून ठेवला आणि दुसऱ्या हातातल्या निमावरची पकड घट्ट केली.

आम्ही उंबरठ्यात पाऊल टाकताच कुठूनतरी अंधारातून बायो पुढे झाली आणि ओटीवर दिवा लावायच्या खटपटीला लागली.

बायोला मी खूप वर्षांनी पाहत होतो. तिच्यात फरकही बराच पडला होता; त्यामुळे मी तिला प्रथम ओळखलेच नाही.

तिची पन्नाशी उलटलेली होती; पण त्याहीपेक्षा ती अधिकच म्हातारी दिसत होती. केसांची चांदी झाली होती. गालफडे बसली होती. त्यामुळे नाक अधिकच बाहेर आले होते. बायो धुण्याच्या काठीसारखी लांबच लांब नि तशीच वाळकुडी होती. आता तर तिची सगळी चामडी सुरकुतली होती आणि हाडे दिसू लागली होती.

निमाला पाहताच ती क्लक् क्लक् क्लक् करून हसली आणि आपले लांब हात नाचवीत मला म्हणाली, 'छान आहे हो तुझी मुलगी! काही काळजी करू

नकोस. मी घेईन हिला ठेवून. बरं झालं आणलीस. आयताच विरंगुळा झाला. मी ही अशी एकटी! मला तरी दुसरं आहे कोण?' आणि पुन्हा हसली.

तिच्या हसण्यासरशी निमाने शहारल्यासारखे केले आणि आपल्या निमाला छातीशी धरले.

बायोने निमाला एक चुरमुऱ्याचा लाडू वाटीत घालून दिला आणि ती निमाला म्हणाली, 'जा हो. बाहेर खात बैस.'

निमा लाडवाची वाटी घेऊन बाहेर गेली.

आम्ही बोलत बसलो.

पण पुन्हा बाहेर येऊन पाहतो तो निमा लाडू स्वत: खायचा सोडून आपल्या निमालाच भरवीत बसली होती.

ते पाहून बायो पुन्हा क्लक् क्लक् करून हसली.

मी म्हटले, 'फार आहे तिला त्या बाहुलीचं. सगळं काही तिला स्वत:सारखं करते.'

'शहाणी माझी बाळ ती.' असे म्हणून बायोने तिला जवळ घेतले आणि तिच्या गालाचा मुका घेतला. निमाने किंचित हिसडा दिल्यासारखे केले.

'पाहिलंस ना निमा घर? किती मोठ्ठं आहे!' मी तिला खुलविण्याचा प्रयत्न केला. 'खेळायला काय मजा येईल नाही?'

'खेळायला?' निमा अगदी सहजपणे म्हणाली,'खेळायला इथं मुलं कुठं आहेत?'

तिच्या त्या प्रश्नाने मला ते सारे घर अंगावर आल्यासारखे झाले. त्याची ती करकर वाजणारी दारे, त्या रुंद दगडी पायऱ्या, भिंतीवर चढलेले ते शेवाळ आणि भुंग्यांनी पोखरलेले जाडजूड लाकडी खांब... आपल्याच पायाच्या चाहुलीने घाबरविणारा तो माडीचा जिना आणि या सगळ्याला व्यापून राहिलेला तो काळोख – दिव्यालाही लाजविणारा...

'अगं, कशाला हवीत मुलं? तू आणि मी – दोघी आहोत ना? मग बस्स झालं! कशी खेळवते बघ तुला छान! ' बायो हसत हसत म्हणाली.

'चल निमा घरात. काळोखात बाहेर नको बसू.' असे तिला सांगून मी वळलो.

वळताना मला एक चमत्कारिक गोष्ट दिसली.

निमा आपल्या निमाच्या गालाला चावीत होती.

'काय गं निमा?' मी आश्चर्याने विचारले.

'काही नाही. पापी घेत्येय तिची.' निमा म्हणाली.

त्या रात्री मी निमाला कुशीत घेऊन निजलो.

सकाळ होताच मी निमाचा निरोप घेतला.

'पोरीची काही काळजी करू नकोस.' असे मला बायोने पुन:पुन्हा बजावले. मला वरचेवर पत्र टाकून तिची खुशाली कळविण्याचे आश्वासनही दिले.

त्या निवडुंगाच्या फडांतून मी बाहेर पडलो आणि रस्त्याने चालू लागलो.

दारात उभ्या राहून दोघीही हात हलवून मला निरोप देत होत्या. निमा आणि तिची निमा. छोट्या निमाचा कापडी हात एका हातात धरून मोठी निमाच हलवीत होती.

मी नजरेआड होईपर्यंत निमाने डोळ्यांतून पाणी काढले नाही. मला वाईट वाटेल म्हणून. पण माझी खात्री आहे, मी दिसेनासा होताच ती एखाद्या अंधाऱ्या खोलीच्या कोपऱ्यात जाऊन हमसाहमशी रडली असेल. रडतारडता तिने निमाची समजूत घातली असेल – 'रडू नकोस. पप्पा परत येणारेयत. अगदी लौक्कर येणारेयत!'

मी कामावर रुजू झाल्यानंतरही पहिले काही दिवस निमाच्या आठवणीने माझ्या छातीत धस्स होई. बायोच्या त्या उदासवाण्या काळोख्या घरात आपण निमाला ठेवून आलो, हे बरे झाले की वाईट, अशा विचाराने मधूनमधून मला काही सुचेनासे होई. पण लवकरच माझे मन स्थिरावले. एक तर कामावरचे वातावरणच इतके रुक्ष आणि वेगळे होते की हळवेपणाला तिथे वावच नव्हता. शिवाय कामही रग्गड होते. रात्री अंथरुणाला पाठ टेकली की सकाळ कधी झाली याचा पत्ता लागत नसे.

निमाच्या खुशालीची पत्रे बायो नियमितपणे पाठवी. निमा मजेत आहे, दिवसभर खेळत असते, इत्यादी... त्या पत्रांमुळे तर माझी काळजी अजिबात नाहीशी झाली. मुले काय, नवीन वातावरणाला लगेच सरावतात. त्यातून निमा फारच समजूतदार होती. ती बायोच्या घरी रुळली असेल यात नवलच नव्हते.

मी घेतला तोच निर्णय बरोबर होता याबद्दल माझी आता खात्री पटली. मी निमाला माझ्याबरोबर आणले असते तर तिचे हाल मात्र झाले असते, यात शंका नव्हती. त्यापेक्षा आता ती मजेत होती.

मी मनिऑर्डर वेळच्या वेळी करीत असे.

निमाविषयीची कोणतीच तक्रार बायोच्या पत्रात नसे.

फक्त एकच विचित्र वाक्य तिच्या एका पत्रात होते : 'निमाला तिची बाहुली अलीकडे पूर्वीसारखी आवडत नाही.'

ते पत्र वाचले तेव्हा मला यात फारसे काही खटकले नाही. निमा मजेत होती, तिला तिथली हवा चांगली मानवत होती, यात मला आनंद होता. तिच्या बाहुलीला मी विसरलोच होतो. त्यात विचित्र वाटले ते एवढेच, की बायोने या गोष्टीचा मुद्दाम उल्लेख का करावा?

कसे कोण जाणे, ते वाक्य माझ्या आठवणीत राहून गेले.

मग एके दिवशी मला एकदम एक विचार सुचला. त्याबरोबर मला स्वत:चे हसू आले. निमाला तिची बाहुली आवडेनाशी झाली तर त्यात काय मोठेसे? निमा आता मोठी नाही का झाली? या वयात मुले भराभर वाढतात. त्यांच्या आवडीनिवडी दिवसादिवसाला बदलतात. काल जिवापाड आवडत असलेले खेळणे त्यांना आज डोळ्यांसमोर नकोसे होते. मग निमाला आपली बाहुली आवडेनाशी झाली तर त्यात नवल काय?

पण त्यापुढच्या पत्रातही बायोने तेच म्हटले होते. शिवाय तिने आणखीही एक गोष्ट लिहिली होती : 'निमा हल्ली बाहुलीला मारते.'

मी पत्र वाचून बाजूला टाकले. त्या पत्रावर विचार करायला मुळीच सवड नव्हती. आमचा मुक्काम बदलणार होता. सगळी धावपळ, गडबड. जाताजाता द्यायच्या सूचना, नवीन ठिकाणच्या योजना, आखण्या, कामाचा अंदाज घेणे – सारे काम मानगुटीवर बसले होते.

पण आमचा तळ सोडला आणि व्हॅन जेव्हा दुसऱ्या मुक्कामावर जाऊ लागली तेव्हा थकव्याने मी मागे डोके टेकले – आणि नजरेसमोर एकदम निमा उभी राहिली. तिच्या हातात नेहमीप्रमाणे तिची निमा होती आणि ती तिला बडवून काढीत होती.

मानेला झटका बसून मी जागा झालो. छे:! मी पाहत होतो ते विपरीतच होते. निमा... आणि आपल्या बाहुलीवर हात उगारील? निमा कधीच कुणाला मारीत नसे. खेळातही ती इतर मुलांची भांडणे, मारामाऱ्या सोडवीत असे. तिने मारल्याची तक्रार कुठल्याही मुलाने माझ्याकडे कधी आणली नव्हती.

ती निमा बाहुलीला मारील?...

आणि ज्या बाहुलीवर तिने इतके प्रेम केले, तिला?...

समजा, घटकाभर असे धरून चालू की तिला अलीकडे ही बाहुली आवडेनाशी झाली आहे. मग ती फार तर तिच्याशी खेळणार नाही. पण म्हणून तिला मारील?...

तरीही मी हा विचार बाजूला सारला. मुले काही नेहमीच रागाने मारीत नाहीत. एखादवेळी हा तिचा एखादा नवीन खेळ असेल.

आणखी एक-दोन पत्रात निमा मजेत असल्यापलीकडे दुसरा कसलाच उल्लेख नव्हता. निमाच्या बाहुलीचा विषय मी मोठासा मनाला लावून घेतला होता असे नाही. पण त्याविषयी पत्रात काही नव्हते म्हणून मला जरा हायसे वाटले.

पण दुसऱ्याच एका निमित्ताने हा विषय पुन्हा माझ्या मनात घोळू लागला.

मेहता नावाच्या एका इंजिनिअरशी माझी अलीकडे दोस्ती झाली होती. मेहताला सायकॉलॉजीवरील पुस्तके वाचण्याचा फार नाद. एके दिवशी त्याने मला

माझे लग्न झाले आहे का, असे विचारले. मी त्याला निमाबद्दल सांगितले. तो लगेच म्हणाला, 'माय गॉड! म्हणजे तू मुलगी पेअरंटस्‌शिवाय एकटीच ठेवलीयंस?'

'अरे, त्याला काय करणार? मी एकाटाच तिचा पेअरंट आहे. आणि ठेवलीय म्हणजे काही कुठं रानात नाही ठेवली. माझ्याच बहिणीकडे ठेवली आहे.'

'छे छे! चूक केलीस तू. अरे, मुलं अशी एकटी राहिली आईबापांशिवाय, तर त्यांना न्यूरॉसिस होतात – निरनिराळे कॉम्प्लेक्सेस जडतात.'

'काहीतरी काय बोलतोस? अशी खूप मुलं राहतात.'

'मग खूप मुलं न्यूरॉटिक होतात. वेडीसुद्धा होतात.'

वेडी? माझी निमा वेडी? नाही! असं होऊन चालणार नाही. माझ्या कामासाठी तिला सबंध जन्माची किंमत द्यावी लागता कामा नये.

पण मेहता अतिशयोक्ती करीत असला पाहिजे. खूप मुले अगदी अनाथ असतात. ती सगळ्या अडचणींना तोंड देतात. त्यांच्यापैकी काहीजण तर जगात नाव काढतात. सगळी थोडीच वेडी होतात?

त्यातून निमा तर अतिशयच शहाणी आहे. अतिशय समजूतदार आहे. तिला काय होणार आहे?

– पण मग ती बाहुलीला कशी मारते?

त्याविषयी मेहताला काहीच सांगण्याचा धीर मला झाला नाही.

यानंतरच्या पत्रात बायोने लिहिले होते की, मी तिला लिहाय-वाचायला शिकवू लागले आहे. तिची प्रगती चांगली आहे. तिला तुझी आठवणसुद्धा येत नाही इतकी ती इथे रमली आहे. तुझी मुलगी खरोखरच शहाणी आहे. एका गोष्टीत मात्र तिच्या वागण्याचा अर्थच कळत नाही.

आणि ती भयंकर ओळ शेवटी होती :

'काल तिने आपल्या बाहुलीला तापलेली पळी घेऊन डाग दिला.'

कसे शक्य होते हे? इतके क्रौर्य कोठून आले असेल निमाच्या अंगात? माझी सदाफुलीसारखी नाजूक कोवळी निमा... असे भयंकर काही कसे येत असेल तिच्या डोक्यात? आणि कुणाच्या संबंधात? आपल्या जीव की प्राण बाहुलीच्या?

असे काय कारण झाले असेल, की ज्यामुळे तिला ती बाहुली आवडेनाशी झाली असेल? नव्हे, ती तिचा इतका द्वेष करू लागली असेल?

असे तर नसेल, की बायो पत्रांतून हे खोटेच लिहीत असेल?

– पण असे तिने का करावे? हीच एक गोष्ट तिने खोटी का लिहावी? तिला जर निमाविषयी तक्रारीच करायच्या असतील, तर त्या तिला इतर अनेक गोष्टींविषयी करता येतील. याच एका गोष्टीविषयी तिने तक्रार का करावी?

बरे, त्यातही तक्रार केलेली नाहीच. नुसते आश्चर्य व्यक्त केले आहे आणि घडलेले कळविले आहे.

मला मेहताच्या शब्दांची आठवण झाली.

खरोखरीच निमाच्या डोक्यात काही बिघाड होऊ लागला असेल का?...

ते अगदीच अशक्य नाही. कारण निमा जशी शहाणी आहे, तसेच तिचे मन अतिशय संस्कारक्षमही आहे. प्रत्येक गोष्टीचा तिच्या मनावर चटकन, फार खोलवर परिणाम होतो.

मी तिला वेगळे ठेवण्याचा एकाएकी घेतलेला निर्णय, माझ्यापासून दूर राहिल्यामुळे तिला आलेली पोरकेपणाची भावना, बायोचे रंगरूप, घरात बरोबरीच्या मुलांचा अभाव, घरातील ते उदासवाणे वातावरण या सगळ्याचा तिच्या मनावर परिणाम झाला नसेल कशावरून?

पण इतका? ती भाबडी, गोड स्वभावाची लाघवी पोर, बाहुलीला तापल्या पळीने डाग देण्याइतकी क्रूर व्हावी इतका?...

मी घाबरून गेलो.

काहीही झाले तरी निमाला परत घेऊन यायचे असा मी निश्चय केला.

पण रजा मिळणे अशक्य होते. मुळात आधी आम्ही मोजकेच लोक होतो. या आधी या सगळ्या योजना फार काळ रेंगाळल्या होत्या. तेव्हा आता ठराविक मुदतीत त्या पुऱ्या करण्यासाठी कामाची एकच झुंबड उडाली होती. वरून एकसारख्या तारा येत होत्या. रात्रंदिवस करूनही काम आटोक्यात येत नव्हते. त्यातून सारखी ठिकाणे बदलत जात होती. एकाच वेळी चार कामांवर लक्ष ठेवावे लागत होते.

उकाडा इतका भयंकर वाढला होता की काम करताकरता ग्लानी येत असे. कधीही घेरी येणारसे वाटायचे. डोके असे भ्रमण करून लागले की मग निमाची आठवण येत असे.

काय झाले असेल निमाचे?...

बायोच्या पत्राची मी चातकासारखी वाट पाहत असे. त्यातून ती कधी गहाळ होत; कधी मुक्काम बदलल्यामुळे उशिरा येऊन पोहोचत.

आणि एके दिवशी निमाचेच पत्र आले.

पत्र म्हणजे काय, बायोच्याच पत्रात एक चिठ्ठी होती. त्या चिठ्ठीत वेड्यावाकड्या अक्षरात चार ओळी होत्या. ऱ्हस्वदीर्घाचा विधिनिषेध नव्हता. चार ओळीत मिळून एवढेच लिहिलेले होते : – 'पपा, तुम्ही लवकर या. मी खुशाल आहे. माझी निमा मरणार आहे.'

त्या शेवटच्या वाक्याने मी थिजून गेलो.

'मी खुशाल आहे' हे जितक्या शांतपणे लिहिलेले होते तितक्याच स्वस्थपणे तिने तिची बाहुली मरणार असल्याची बातमी दिली होती. मला काही अर्थ लागेना. मला लवकर बोलावण्याचा या गोष्टीशी संबंध असेल का? का ते सहजपणे लिहिलेले असेल?

बरे, सोबतच्या बायोच्या पत्रात याचा काहीही खुलासा नव्हता.

याचा अर्थ काय समजायचा?...

निमा खरोखरच भ्रमिष्ट झाली असेल का?

पण मग त्याबद्दल बायोने काहीतरी लिहिले असते.

कदाचित निमाचे वेड बायोसारख्या अडाणी बाईच्या लक्षात येण्याइतके सरळ नसेल. तिने लिहिल्याप्रमाणे ती इतर गोष्टींत शहाण्यासारखी वागत असेल. पण तरीही तिच्या मनाचा एक कोपरा कुरतडला जात असेल.

असे वेड पर फार वाईट. त्यातून काहीही निष्पन्न होण्याचा संभव आहे.

– बाहुली मरणार आहे!

निमाच्या मनात बाहुलीला ठार मारण्याचे विचार तर नसतील?

जी मुलगी बाहुलीला मारू शकते, ती एखादवेळी जिवंत माणसावर शस्त्र... ती बायोला तर काही करणार नसेल?

– किंवा स्वतःला?

बाप रे!

माझ्या मनातील कोलाहल थांबेना. आत्ताच्या आत्ता जाऊन या प्रकारामागील रहस्य उलगडले पाहिजे असे वाटू लागले.

मी भराभर रजेचा अर्ज लिहिला.

तो घेऊन मी स्वतःच आमच्या वरिष्ठांकडे गेलो. त्यांनी तो वाचला. ते मला म्हणाले, 'या वेळी तुम्ही रजेवर जाताय? परिस्थिती किती आणीबाणीची आहे, याची तुम्हाला कल्पना आहे का?'

– आणि माझी परिस्थिती? तुम्हाला काहीतरी करून वेळ मारून नेता येईल; पण माझी मुलगी?... मला तिच्याशिवाय या जगात कुणी नाही. तिचे काही बरेवाईट झाले तर कोण तिला परत आणील?

मी अर्थात फक्त एवढेच म्हटले की मला परिस्थितीची कल्पना आहे.

'आणि तरीही?'

'होय. माझी मुलगी आजारी आहे. मला गेलंच पाहिजे.'

'तुम्हाला कल्पना आहे, प्रोजेक्ट अर्धवट सोडून गेल्याबद्दल आम्ही तुम्हाला कामावरून काढू शकतो.'

'माझा नाइलाज आहे. मला गेलंच पाहिजे.'

माझ्या या उत्तराने ते चमकले. माझी गरजही त्यांच्या ध्यानात आली असावी. माझी रजा मंजूर झाली.

दुसऱ्या दिवशी सकाळची गाडी होती.

संध्याकाळी मला मेहता भेटला. मी त्याला माझा निर्णय सांगितला. त्याने माझे अभिनंदन केले. 'बेस्ट लक' असेही म्हणाला.

रात्रभर मला झोप आली नाही. नाना चमत्कारिक स्वप्ने पडत होती. विचित्र भास होत होते. निमा हसतहसत छातीत कात्री भोसकून घेत्येय, असे स्वप्न पडून मी एकदा ओरडत जागा झालो. एकदा मी तिचा देह हातावर घेऊन स्मशानातून चाललोय असे मला दिसले. सगळे मलाच खुनी म्हणताहेत, असा भास तर एकसारखा होत होता.

प्रवासभर मी स्वतःला बजावत होतो की काहीही झालेले नसेल, काहीही होण्यासारखे नाही. हा सगळा आपल्या कल्पनेचा खेळ आहे; आणि कल्पना करून घ्यायला पुरेसा आधारही नाही. आपण जाताच निमा हसतहसत येऊन आपल्याला मिठी मारील... तिची तब्येतदेखील आता अधिक सुधारलेली दिसेल...

मी बायोच्या घराशी पोहोचलो तेव्हा उन्हे कलली होती.

निवडुंगाला रक्तासारखी लाललाल फुले आली होती.

आणि सबंध घरात स्मशानशांतता पसरली होती.

मी क्षणभर तसाच उभा राहून कानोसा घेतला. घरात नेहमीसारखाच उदासवाणा काळोख होता. त्या काळोखात मी चारी खोल्या फिरून पाहिल्या. अगदी कोठीची खोलीसुद्धा; पण कुणाचाच पत्ता नव्हता. निमाचा की बायोचा. अजून दिवेलागणी झाली नव्हती; पण चूल मात्र पेटलेली दिसत होती.

मी माडी चढू लागणार, इतक्यात शेवटच्या पायरीवर मला काहीतरी दिसले. ती निमाची बाहुली होती.

पण आता तिचे काय भूत झाले होते! जागोजागचे कपडे उसवले होते. जळले होते. ठिकठिकाणचा रंग खरवडलेला होता. चावल्यामुळे कापड फाटलेही होते. हात मुडपला होता आणि एक पायही सुटला होता.

एवढा पुरुषासारखा पुरुष मी; पण ती बाहुली हातात घेताना माझ्या घशात आवंढा दाटून आला.

एकूण बायोने निमाविषयी लिहिले होते ते सारे खरे तर!

एवढ्यात कुणीतरी खदखदून हसल्याचा आवाज आला.

मी दचकून आजूबाजूला पाहू लागलो.. दुसऱ्याच क्षणी मला एक किंकाळी ऐकू आली.

किंकाळीची दिशा मला बरोबर समजली. मी धावतच माडीवर गेलो.

माडीवर निमा किंकाळ्या फोडत होती आणि बायो खदखदा हसत होती.

एका हाताने तिने निमाचा दंड गच्च पकडला होता आणि दुसऱ्या हातातील चिमट्यात पकडलेला लालबुंद निखारा ती तिच्यापुढे नेत होती.

मला पाहताच तिने निमाचा दंड सोडला.

निमा धावत येऊन मला बिलगली. पण दुसऱ्याच क्षणी खाली कोसळली.

मी तिला उचलायला खाली वाकलो, तोवर बायो खाली पळून गेली.

निमा बेशुद्धच होती. तिचे अंग भयंकर तापले होते.

मी तिला हातावर उचलून घेऊन खाली आलो.

'बायो!' मी दोन-तीन हाका मारल्या, 'बायो!... बायो!...'

हाका घरभर घुमल्या; पण बायो घरात नव्हतीच.

तिच्यावर घालवायला मला वेळच नव्हता.

मी बाहेर आलो. रस्त्यावर मला टांगा मिळाला. जमेल तेवढ्या लवकर तो सरकारी इस्पितळाकडे पिटाळायला सांगितले.

रात्रीपर्यंत निमा शुद्धीवर आली. मेंदूवर जबरदस्त ताण पडल्याने तिला ताप आला होता. डॉक्टर म्हणाले की, हा ताण वाढता तर ती जिवंतही राहिली नसती.

तिच्या अंगावरच्या भाजल्याच्या, मारल्याच्या जखमा पाहताना मला एकसारखी तिच्या बाहुलीची आठवण होत होती.

शुद्धीवर येताच तिने पहिला प्रश्न केला, – 'माझी निमा कुठं आहे? जिवंत आहे की मेली?'

मी तिला म्हटले, 'आहे ती. अगं, बाहुली कशी मरेल?'

निमा म्हणाली, 'अहो, तिला ताप येतो हल्ली.'

मी तिची समजूत काढली, 'नाही निमा. आता मी आलोय ना! आता काही होणार नाही. सगळं ठीक होईल.'

'पप्पा, माझी निमा किती शहाणी आहे, माहीत आहे तुम्हाला?' निमा म्हणाली, 'तिला इतकं मारलं, इतकं भाजलं, तिचा हात मुडपला, तरीदेखील ती एकदासुद्धा रडली नाही.'

सरकारी डॉक्टरांनी परस्पर पोलिसांत वर्दी दिल्यामुळे बायोला अटक झाली. घरामागच्या रानात ती खदखदा हसत बसलेली सापडली; पण स्वत:ला मूलबाळ नसल्यामुळे तिच्या मेंदूवर परिणाम झाला आहे, आणि विकृतीतच तिने निमाचा छळ केला, असा निर्णय डॉक्टरांनी दिल्यावरून तिला शिक्षा न करता उपचारासाठी वेड्याच्या इस्पितळात पाठविण्यात आले.

बायोच्या पत्रात निमाच्या 'निमा'चा 'बाहुली' म्हणून जो उल्लेख असे, त्यामुळे माझी दिशाभूल झाली. निमाच्या लेखी ती नुसती बाहुली नव्हती, तर'निमा'च होती आणि स्वत:ला जसे वागविले जाई तसेच ती आपल्या निमाला वागवीत असे. ही तिची सवय माझ्या ध्यानात असती तर मला केव्हाच या सगळ्या प्रकाराचा अर्थ लागला असता. तिने बाहुलीचा केलेला छळ द्वेषापोटी नव्हता, उलट तिला मनाविरुद्ध पार पाडावे लागलेले ते एक कटू सत्य होते, ही गोष्ट माझ्या लक्षात आली असती.

ती यावी असा आणखी एक प्रसंग नंतर घडला.

आजारातून बरी झाल्यानंतर निमा आपल्या फाटक्यातुटक्या निमालाच कुशीत घेऊन निजत असे. एके दिवशी तिला चकित करायचे ठरवून मी एक नवीन बाहुली विकत आणून ती सकाळी तिच्या कुशीत ठेवली.

उठल्याबरोबर निमाने किंकाळी फोडली : 'माझी निमा गेली!'

मी म्हटले, 'ही काय आहे!'

निमा म्हणाली, 'ही माझी निमा नाही. ही बाहुली आहे!'

मी म्हटले, 'अगं, ती निमा कशाला तुला आता? फाटकीतुटकी?'

यावर निमा म्हणाली, 'काय झालं फाटकीतुटकी असली तर? तुम्ही मला आतेकडून घेऊन आलात, तेव्हा मी नव्हते का आजारी?'

– मी निरुत्तर झालो. ∎

एक विलक्षण आरसा

दैव कुणाची सांगड कुणाशी घालील हे सांगता येत नाही. माझंच उदाहरण घ्या ना! मी लोकप्रिय सिनेतारका मोहिनीदेवी. अभिनयात कुशल, रूपानं देखणी; पण दैवानं माझी गाठ कुणाशी घालून ठेवावी? – एका कुरूप, पांगळ्या बहिणीशी! पण मी काही तक्रार करीत नाही. देवाच्या मनात असेल तसं होतं म्हणते नि या कुरूप, पांगळ्या बहिणीला सांभाळून घेते. हो. तिचं तरी दुसरं आहेच कोण? तिनं आपल्या श्रीमंत बहिणीच्या नाही तर दुसऱ्या कुणाच्या तोंडाकडे बघायचं?

बाबा गेले आणि आम्ही पोरक्या झालो, तेव्हा मी जेमतेम वीस वर्षांची होते. माधुरी तर सतराच वर्षांची होती. तिच्या पायांवरून लहानपणीच वारं गेलं होतं. तिची शरीरयष्टी जेमतेमच होती आणि रंग सावळा होता. मी मात्र रूपानं, शरीरानं, वर्णानं फारच उजवी होते. आम्हा दोघींना एकत्र पाहून लोक 'अवस-पुनव' म्हणायचे. बाबादेखील तसं उघडपणे बोलून दाखवायचे. माधुरीला मात्र कशाचंच काही वाटलेलं दिसत नसे. कुणी तिला लागेलसं काही बोललं किंवा तिच्या दुबळेपणाचा उल्लेख केला की ती नुसती हसायची. हसताना तिच्या गालांना खळ्या पडत, त्यामुळे त्याच वेळी ती काय ती थोडीशी बरी दिसायची. मनाला काही लागल्याचं ती मुळी दाखवीतच नसे. पक्की ढोंगी! तिला काय वाईट वाटत नसेल थोडंच? पण मग ते लपवायचं कशाला? आणि सदान्‌कदा ते हसण्याचं नाटक कशाला?

माझा स्वभाव याच्या अगदी उलट. मी मनातलं सगळं बोलून टाकणारी. मला कुणी नावं ठेवण्याचा प्रश्नच नव्हता. रूपरंग तर होताच, पण गुणही वाखाणण्यासारखे होते. माझं म्हणून सांगत नाही; पण शाळेत असल्यापासून प्रत्येकजण माझ्या गाण्याची, नाटकात कामं करण्याची तारीफ करायचा. परिस्थितीमुळं पुढं मला गाणं वाढवता आलं नाही; पण अंगातली अभिनयकला मात्र मदतीला धावून आली. माझी एक मैत्रीण शाळा अर्धवट सोडून सिनेमात गेली होती. बाबा गेल्यानंतर जेव्हा दोन वेळच्या अन्नाची पंचाईत झाली तेव्हा तिनं मला आपल्याबरोबर नेलं. माझं रूप आणि कामाची समज, दोन्ही पाहून मला हळूहळू, दोन्ही बारीकसारीक का होईना, पण लक्षात राहण्याजोगी कामं मिळत गेली. मीदेखील नसता सोवळेपणा केला नाही. सिनेमाच्या धंद्यात करायला लागतं ते सारं करून मी माझं बस्तान बसवून

घेतलं. गेल्या दहा वर्षांत मला भरपूर पैसा मिळाला, नावही मिळालं.

माधुरीला मी काही कमी पडू दिलं नाही. तिच्याकडे बघायला एखादी दाई ठेवू असंही मी तिला सुचवलं; पण तिनं काही ते मानलं नाही. चाकांच्या खुर्चीत बसून आणि कुबडीच्या मदतीनं तिला हिंडताफिरता येई. पण तिला विशेष फिरायला तरी कुठं हवं असायचं? आपल्या खोलीत बसून ती एकसारखा कसला तरी विचार करायची, वाचायची, नाहीतर कविता गुणगुणायची. लहानपणापासूनच तिला कविता करायचा छंद होता. मी काही त्या वाचण्याच्या भानगडीत पडत नसे. तशा एक-दोनदा नजरेखालून घातल्या होत्या मी त्या. काय चमत्कारिक कल्पना असत एकेक! म्हणे कधीकधी वाटतं, पिसासारखं हलकं व्हावं नि दूरदूर उडून जावं. पंगू माणसानं पिसासारखं उडून जाण्याची कल्पना करणं चमत्कारिकच नाही का? आणि दूरदूर उडून जाणार तरी कुठं? हिला तर शेजारच्या खोलीतसुद्धा जायचा कंटाळा. पण मी तिला काही बोलत नसे. ही सदा आजारी माणसं कुढून कुढून अशी एककल्ली होतात आणि मग नाही नाही त्या कल्पना त्यांना सुचत असतात, असं मनाशी म्हणून सोडून द्यायची. शिवाय मी काही टीका करते तर त्यावर ती शिष्टासारखी हसलीच असती. तिचं हसणं म्हणजे असं दर्शविणारं असायचं की दुसरी माणसं म्हणजे अगदी मूर्ख, आणि सगळा शहाणपणाच गड्डा काय तो हिच्याकडेच दिलेला आहे!

लहानपणापासून माझं-तिचं फारसं सख्य नव्हतंच. याचं कारण तिचा तो विचित्र अबोल स्वभाव, जगावेगळ्या आवडीनिवडी आणि विक्षिप्त छंद. लहानपणी मी मोठ्या कष्टानं फुलपाखरं जमवून त्यांच्या पंखांना दोऱ्या बांधाव्यात आणि हिनं वेडपटासारख्या त्या कापून ती सोडून द्यावीत. रंगरूप नाही ते नाहीच; पण राहणंदेखील अगदी गबाळेपणाचं; आणि वर ते शिष्टासारखं हसणं! कधीकधी मला तिचा विलक्षण संताप यायचा. घरात पैशाला तोटा नव्हता. पण ही खर्च नावाला करायची. कपडा-लत्ताही अगदी साधा वापरायची. म्हणजे माझ्याकडे कुणी आलं, की त्यांच्यासमोर माझा कमीपणा व्हावा, हा हेतू. पूर्वी बाबा म्हणायचे, की माधुरी मोठ्या मनाची आहे. पण मी तर शपथेवर सांगते की, तिला मनातून माझा मत्सरच वाटत असला पाहिजे. तिच्या बोलण्यावरूनच ते कळतं ना! मला पैसा मिळतो, सगळीकडं माझं नाव होतं हेच तिला खपत नाही. अपशकुन्यासारखी सांगते काय तर,'ताई, तू सिनेमाचा धंदा सोडून दे. तिथली माणसं चांगली नसतात.' म्हटलं, 'बाई, माणसं चांगली नि वाईट! आजकाल महत्त्व आहे ते पैशाला.' तर डोळ्यांत पाणी आणून अगदी नाटकातल्यासारखं म्हणते कशी, 'ताई, अगं, पैसा पैसा काय करतेस? तुला-मला जन्मभर पुरेल इतकं मिळवलंयंस तू. अधिक पैशाच्या मागं लागून तू खोलखोल रुतत चाललीयेस या घाणीत.' घाण

म्हणे! घरी बसून, माझ्या जिवावर वेदान्त शिकवायला, हिचं काय जातं?

हे सारं कसंबसं सहन करीत होतेच मी; पण दिलीपच्या बाबतीत मात्र कमालच झाली. दिलीप म्हणजे आमचा 'शायर.' सिनेमाची गाणी लिहिणारा. दिसण्यात देखणा, वागण्यात सरळ. म्हणायचा की, 'सिनेमाची गाणी म्हणजे खरं काव्य नव्हे. हा सगळा बाजारू माल!' पण त्याच्यावर घराची जबाबदारी होती. म्हणून त्यानं मनाविरुद्ध हे काम पत्करलं होतं. मी त्याची आपण होऊन चौकशी केली. त्याच्याविषयी आस्था दाखविली. हळूहळू आमची चांगलीच मैत्री जमली. दिलीप मला मनापासून आवडू लागला. खरं तर दिसेल त्या पुरुषाच्या प्रेमात पडण्याचं माझं वयही राहिलेलं नव्हतं आणि आमच्या धंद्यात देखण्या पुरुषांचाही तोटा नव्हता. पण दिलीप सर्वांपेक्षा वेगळा होता. या धंद्यात राहूनही तो कमळाच्या पानासारखा कोरडा राहिला होता. आपण बरे की आपलं काम बरं, अशी त्याची वृत्ती होती. अगदी गंभीर, स्वतःच्याच तंद्रीत असलेला, स्वप्नाळू डोळ्यांचा तो तरुण मला हळूहळू आवडू लागला. एक दिवस मी त्याला घरी घेऊन आले; आणि कशी कोण जाणे, त्याची माधुरीशी ओळख झाली. तिच्या अपंगपणाबद्दल त्याला खूप वाईट वाटलं. एका दृष्टीनं मला ते बरंच वाटलं. कारण त्यामुळं माझ्या सौंदर्याचं महत्त्व त्याला अधिक पटणार होतं. घरातून बाहेर पडताना मी म्हटलंसुद्धा की, 'आम्हा दोघी बहिणींत तुम्हाला खूप फरक वाटला असेल नाही?' तो फक्त 'फरक तर खराच!' एवढंच म्हणाला आणि डोळे मिटून गप्प बसून राहिला.

त्याच्याशी मैत्री करण्याचा माधुरीनं दाखविलेला आगाऊपणा मला मुळीच आवडला नाही. पण तो आला, की तीच त्याच्याशी गप्पा मारीत बसायची. जसा काही तो हिचाच पाहुणा! बरं, दोघांच्या गप्पा अशा रंगत की दहा वेळा सांगावं तेव्हा दिलीप बाहेर पडायला तयार व्हायचा. अधूनमधून तो तिला इंग्रजी-मराठी कवितांची पुस्तकं आणून द्यायचा. आजवर कधी मी दिलीपला हसताना पाहिलं नव्हतं. पण आता पाहते तो माधुरीशी गप्पा मारताना तो खदखदून हसायचा. माधुरीदेखील आनंदात होती. कधीकधी ती त्याला स्वतःच्या कविता कापऱ्या आवाजात म्हणून दाखवायची, आणि तोसुद्धा डोळे मिटून, त्या अगदी हृदयात साठवून घेतल्यासारखा ऐकायचा. मला हसूच यायचं त्याच्या त्या मूर्खपणाचं. पण पुढंपुढं तर ते हाताबाहेर जाऊ लागलं. दिलीप एके दिवशी मला म्हणाला, 'मोहिनीबाई, तुमच्या बहिणीच्या अंगातला कविता करण्याचा गुण म्हणजे एक झाकलं माणिक आहे!' मी हसले आणि म्हणाले, 'हो ना! कोळशातलं माणिक आहे खरं!'

माधुरी काय एवढी मोठी कवयित्री लागून गेली होती खरं म्हणजे? पण दिलीपसारखा शहाणासुरता माणूस असा पाघळायला लागला की त्याला म्हणायचं

तरी काय? अर्थात काय म्हणायचं ते मला माहीतच होतं. पण हा शुद्ध वेडेपणा होता. माझ्यासारखी सौंदर्याची पुतळी समोर असताना दिलीपनं त्या काटकुळीच्या प्रेमात पडायचं म्हणजे काय? कधी कधी हे पुरुष असे निर्बुद्ध वागतात! प्रेम आंधळं असतं म्हणतात ते काही खोटं नाही; आणि माधुरीसारख्या मुलीवर प्रेम करायला खरोखर आंधळाच हवा!

पण मी काही अशीतशी हार मानणारी नव्हते. दिलीपला नसली समज, तरी मी काही त्याला हातचा दवडायला तयार नव्हते. मी एकदा वेळ पाहून माधुरीला चांगली समज दिली. त्या दिवशी दिलीपनं तिला भेट म्हणून एक काचेची फुलदाणी दिली होती. आत, जसे काही काचेत खोलवर भरल्यासारखे दोन प्रेमिक काढलेले होते. माधुरीनं ती फुलदाणी मला दाखवताच मी एकदम संतापले. म्हणाले, 'सगळी सोंगं समजतात मला! प्रेमात पडली आहेस तू. पण लक्षात ठेव, आज तो तुझ्या कवडेपणावर भाळला असला तरी पुढं हे पांगळं ध्यान कुठून गळ्यात पडलं म्हणून रडत बसेल.' मी इतकं लागेलसं बोलले; पण माधुरी अशी घट्ट स्वभावाची की डोळ्यांतून पाण्याचा टिपूस नाही. नुसते ओठ गच्च मिटून गप्प उभी राहिली. ती फुलदाणी तिनं स्वत:च्या लिहिण्याच्या डेस्कवर ठेवली नि बऱ्याच वेळानं ती म्हणते कशी, 'खरं आहे ताई तू म्हणतेस ते. त्यांना वेळेवरच आवरलं पाहिजे.' मला वाटलं, आता ही रडणार. डोळ्यांत पाणी जमून आलं होतं. पण तेवढ्यात तिनं जवळचं कवितांचं पुस्तक उचललं आणि बसली त्यात डोकं खुपसून! ढोंगी कुठली!

माझा संताप मात्र एवढ्यानंच शमला नाही. माधुरीला आपल्या आगाऊपणाची चांगली जाणीव द्यायची, असं मी ठरविलं. माझ्यासारखीच्या वाटेत आडवं येऊन अपशकुन केल्याबद्दल तिला शरम वाटायला लावायची असं मी ठरविलं. गाडी काढली आणि तडक मार्केटमध्ये गेले.

मी मार्केटमध्ये पोहोचले तेव्हा रात्र पडली होती. सगळी दुकानं बंद व्हायला आली होती. मार्केटमध्ये काळोख जमू लागला होता. मला भीती वाटू लागली. माझ्यासारख्या एकट्यादुकट्या बाईनं असल्या ठिकाणी येणं धोक्याचं होतं. इकडून तिकडे जाणाऱ्या कावेबाज दुकानदारांच्या नजरा पाहून मी अस्वस्थ झाले होते. इतक्यात मला एक दुकान दिसलं. त्याच्या फळ्या जवळजवळ बंद झालेल्या होत्या. पण मी जवळ जाताच त्या आपोआप उघडाव्यात तशा उघडल्या. मला ते थोडं विचित्र वाटलं. पण मग लक्षात आलं की मालकानं दुकान बंद करताकरता मला पाहून दरवाजा उघडला होता. मालक अगदी वृद्ध, सुरकुतल्या शरीराचा आणि हडकुळा होता. त्याच्या केसांच्या पांढऱ्याशुभ्र जटा झाल्या होत्या. डोळे मात्र

हिरवेगार आणि चमकदार होते. माझ्याकडे बोट रोखून तो म्हणाला, 'या या! अगदी तुम्हाला पाहिजे तसला आरसा आहे माझ्याकडे.' मी आत गेले. सबंध दुकान नुसतं आरशांनी लखलखत होतं. छताला काचेची झुंबरं लटकवलेली होती. त्यांच्या पैलूपैलूंमध्ये प्रकाशाचे किरण चमचमत होते. त्यांची हजारो बारीक प्रतिबिंबं आरशाआरशांमधून पडलेली होती. त्यामुळं एखाद्या प्रचंड पैलूदार हिऱ्याच्या आतमध्ये कोंडून पडल्यासारखं वाटत होतं.

मी गोंधळून गेले. मला एक मोठा आरसा खरेदी करायचा होता; पण कुठला आरसा चांगला आणि कुठला वाईट तेच कळेना. आरशाआरशांत समोरच्या आरशांची आणि त्यांच्या आतल्या असंख्य आरशांच्या प्रतिबिंबांची इतकी प्रतिबिंबं पडलेली होती की कुठल्याही आरशाचा मूळ आकार केवढा आहे, हेच लक्षात येत नव्हतं. अखेरीस दुकानदारानं मला अगदी उंचावर लावून ठेवलेला एक प्रचंड आरसा दाखविला. इतका प्रचंड आरसा मी तरी कधीच पाहिला नव्हता. उंचावर असल्यामुळं की काय कोण जाणे, पण त्याच्यात कसलंही प्रतिबिंबं नव्हतं. हिरवट काळपट अशी एक खोल गूढ छाया त्या आरशात पडलेली होती. इतका प्रचंड आरसा घ्यायला माझा जीव काही धजेना; पण तो पाहिल्यापासून मनावर असं काही दडपण आलं की मी जागच्या जागीच खिळल्यासारखी झाले. स्वप्नात असल्या-प्रमाणं मी पैसे मोजले, तो आरसा विकत घेतला आणि घरी आले.

माधुरी आपल्या खोलीत झोपली होती. गड्याच्या मदतीनं मी तो आरसा तिच्या समोरच्या भिंतीवर लावून टाकला. ठाकठोकीच्या आवाजानं माधुरी जागी झाली. गडी जाताच मला म्हणाली, 'ताई, हा आरसा कशाला लावलास इथं?'

आवाजात शक्य तेवढा कठोरपणा आणून मी उत्तरले, 'स्वतःचं रूप तुझ्या नजरेला वारंवार पडावं, आणि कायम ध्यानात राहावं, यासाठी.'

त्या प्रसंगानं माधुरी चांगलीच दुखावेल यात मला शंका नव्हती. स्वतःच्या रूपाची खंत वाटून तिनं दिलीपला विसरून जावं अशीच माझी यात उघड सूचना होती. त्याप्रमाणं एक-दोन दिवस ती थोडी कष्टी झाल्यासारखी वाटली; पण आणखी चार-सहा दिवस गेले आणि पाहते तो माधुरी विलक्षण उत्साही वाटू लागली. स्वतःची खोली ती नीटनेटकी ठेवू लागली. कपडेही त्यातल्या त्यात ठेवणीतले वापरू लागली. दिलीपही वरचेवर आमच्याकडे येऊ लागला. एक-दोनदा तर त्यानं चक्क तिला गाडीतून बाहेर नेलं! माधुरी आता चाकांची खुर्ची वापरेनाशीच झाली होती. ती कुबडीच्याच आधारानं, आणि सबंध घरभर फिरू लागली होती. कधीही बाहेरून यावं तो दोघांच्या हसण्याचा खळखळाट तरी कानी पडावा, नाहीतर कुबड्यांचा ठकठकाट तरी ऐकू यावा!

तिच्यात झालेल्या या आकस्मिक बदलाचं मला फार नवल वाटलं; पण त्याबद्दल स्पष्ट न विचारता मी तिला म्हटलं, 'काय गं माधुरी, या आरशाचा तुला बराच उपयोग होतोय म्हणायचा! तो आल्यापासून तू टापटीप राह्यला लागलीयंस.'

माधुरीनं मंद स्मित केलं. ती म्हणाली,'ताई, तुला कल्पना नसेल, तू माझ्यावर केवढे उपकार केलेयंस याची.'

मी गप्पच राहिले. माधुरी कशाविषयी बोलतेय, याचा मला काहीच अंदाज येईना.

'ताई, हल्ली मी खूपच आनंदात असते. फार फार सुखात असते. सारं काही तू आणून दिलेल्या या आरशामुळं घडलं. माझं रंगरूप, माझं पांगळेपण – सारं काही विसरून गेल्येय मी हल्ली.'

'या आरशामुळं तू आपलं पांगळेपण विसरलीस?' मला काही समजेचना.

'तुझा विश्वास बसायचा नाही ताई. मला वेड लागलंय, भ्रम झालाय, असंच तुला वाटेल. मला माहीत आहे.' माधुरी माझ्या अगदी जवळ येऊन हलक्या, अगदी पानांच्या सळसळीइतक्या हलक्या आवाजात सांगू लागली, 'पण हे गुपित इतकं सुंदर आहे की ते कुणाला सांगितल्याशिवाय राहवत नाही. अजून दिलीपलासुद्धा सांगितलेलं नाही मी. पण तुझा अधिकार आहे ताई तेवढा. तूच हे सुख मला मिळवून दिलंयंस. मग तुझ्यापासून ते लपवून कसं चालेल? तू हा आरसा आणल्यानंतर एक-दोन दिवसांतली गोष्ट आहे ही. मी त्या आरशातल्या माझ्या प्रतिबिंबाकडे अशीच शून्यपणे बघत बसले होते. आणि बघताबघता मी आणि माझं प्रतिबिंब एक झालो. आरशात जी आपल्या खोलीसारखी एक खोली दिसत होती, तिच्यात मी वावरू लागले. पण आरशातली ती खोली या खोलीइतकी रुक्ष नाही. रंगानं ती अशीच हिरवट आहे; पण कल्पनेतल्या नंदनवनासारखी बहरलेली, हिरवीगार. तिला छत नाही, तिला अंत नाही... ती क्षितिजापर्यंत पसरली आहे. तिथली जमीनसुद्धा हिरवळीहून मऊ, मखमली आहे. मला हे कसं समजलं सांगू? अगं, मी पाहिलं पाय टेकवून! – हो मला पाय टेकवता येतो तिथं. मी न पडता चालू शकते. एवढंच काय, नाचू शकते, बागडू शकते; आणि किनई ताई, त्या खोलीत एक आरसा आहे, हुबेहूब या खोलीतल्या आरशासारखा. पण त्यात मी किती सुंदर दिसते सांगू ताई? माझ्या कल्पनेत, माझ्या कवितेत जेजे काही मला फार हवंसं वाटायचं ते सारं तिथं आहे ताई. मी खरीखुरी आहे ती तिथंच आहे; आणि ती मी फार सुंदर आहे!... फार फार सुंदर...'

मी फाडकन तिच्या थोबाडीत मारून तिची बडबड थांबविली. नाहीतर ती त्या भ्रमात किती वेळ बोलत राहिली असती कोण जाणे! मी गाडी काढली आणि तडक दिलीपकडे गेले. माधुरीला भ्रम झाला असल्याचं त्याला कळविणं भागच होतं.

दिलीपनं हसतहसतच माझं स्वागत केलं. तो मला म्हणाला, 'मोहिनीबाई, बरं झालं भेटलात. मला माधुरीबद्दल तुम्हाला काही सांगायचंय.'

म्हणजे याच्यादेखील हे लक्षात आलंय?... मी विचारात पडले. पण दिलीपचं पुढचं वाक्य वज्राघातासारखं माझ्यावर येऊन आदळलं.

'मी माधुरीशी लग्न करायचं ठरवलंय मोहिनीबाई.'

'लग्न? त्या पांगळीबरोबर लग्न?'

दिलीपचा स्वर एकदम ताठर झाला. 'ती आता पांगळी राहणार नाही मोहिनीबाई. गेल्या पंधरा दिवसांत तिला पाऊल टेकवता येऊ लागलंय.'

मला आणखी एक धक्का बसला. माधुरी? आणि चालायला
लागणार!... 'ते शक्य नाही! अशक्य आहे ते!' मी ओरडले.

'ते शक्य झालंय, कसं ते मलाही कळत नाही. त्याचं काहीही स्पष्टीकरण मिळत नाही. कदाचित केवळ इच्छाशक्तीच्या जोरावर ते शक्य झालं असलं तर!... कारण एके दिवशी ती म्हणाली, की 'मला प्रत्यक्षातही चालता येईलसं वाटतंय.' आणि तिनं प्रयत्न केला. त्याबरोबर तिला पावलं टेकवता येऊ लागली! पण... पण मोहिनीबाई, तुम्हाला आनंद नाही झाला या बातमीचा?'

'मला तिचं काही खरं वाटत नाही. तिला भ्रम झालाय.' असं म्हणून मी माधुरीला झालेला तो भास सांगितला.

ते कळताच खरं म्हणजे दिलीपला तिच्याविषयी तिटकारा वाटायला हवा होता; पण तो उलट माझ्यावरच उसळला, 'वेडी ती नाही मोहिनीबाई, वेड्या तुम्ही आहात! आरशातली दुनिया खोटी समजणाऱ्या तुम्ही वेड्या आहात! काय खोटं आहे त्यात? माधुरीचं मन सुंदर नाही का? तुम्हाआम्हाला दिसतं ते वरवरचं शरीर. दुबळं, कुरूप. किती संकुचित आहे मन तुमचं! स्वतःच्या सौंदर्याविषयी गर्व झालाय तुम्हाला. माधुरीला आपल्या रूपाची आठवण करून देण्यासाठी तुम्ही तिच्यासमोर आरसा उभा केलात! माधुरी म्हणूनच त्याच्या पलीकडे पाहू शकली. किती क्रूर क्रूर वागलात तुम्ही तिच्याशी! आमचं प्रेमसुद्धा तुम्हाला सहन झालं नाही!'

'दिलीप!' मला एकदम रडू फुटलं. आजवर कुणीच मला असं ताडताड बोललं नव्हतं. 'दिलीप, माझं... माझं तुझ्यावर प्रेम आहे. म्हणून मी अशी वागले... दिलीप...'

'पुरे! सीन करू नका. प्रेमाचा अर्थ तरी कळतो का तुम्हाला?' दिलीप ओरडला.

मग मात्र माझा जळफळाट झाला. मी तडक निघून आले. आले ती सरळ माधुरीच्या खोलीत गेले. मी तिला कायमचं बजावून ठेवणार होते की आजपासून माझ्या घरात दिलीपनं पाऊलही ठेवता कामा नये.

पण खोलीत माधुरी नव्हती. समोर तो आरसा मात्र त्या रिकाम्या खोलीचं नि माझं प्रतिबिंब दाखवीत होता. मी त्या प्रतिबिंबाकडे पाहत राहिले. दिलीपचे शब्द नुसते माझ्या कानांवर आदळत होते : 'तुमच्या सौंदर्याचा गर्व आहे तुम्हाला!... संकुचित मन आहे तुमचं... क्रूर!... प्रेमाचा अर्थ तरी कळतो का?...' आणि पाहता-पाहता जणू ती खोली वितळून जाऊ लागली. भारल्यासारखी मी त्या आरशाच्या जवळ गेले. जवळ... अगदी जवळ. मी आणि माझं प्रतिबिंब ही दोन राहिलीच नाहीत. माझ्या एकदम लक्षात आलं की, मी त्या आरशाच्या प्रचंड चौकटीतून आत पाऊल टाकलंय. आरशातली ती खोली माधुरीच्या खोलीसारखीच होती. पण तिची लांबी, रुंदी आणि उंची मात्र बेसुमार होती. आणि तरीही मला तिच्यात कोंडल्यासारखं वाटत होतं. एखाद्या भव्य तुरुंगाच्या कोठडीत डांबून ठेवावं तसं वाटत होतं. बाहेरच्या खोलीसारखाच या खोलीचा रंगही हिरवा होता; पण हा हिरवटपणा तसा शांत नव्हता. काळपट हिरवी, शेवाळानं भरलेल्या एखाद्या विहिरीसारखी ती खोली होती.

बघताबघता मला विलक्षण एकटेपणा जाणवू लागला. या प्रचंड खोलीत मी एकटीच सापडले आहे, अशा भीतीनं मी इकडून तिकडे सैरावैरा धावले. पण सगळीकडे भिंतीच लागत होत्या. माझा जीव गुदमरू लागला. त्या हिरवट अंधाराची मला भीती वाटू लागली. कुणीतरी कुठूनही येऊन आपल्याला पकडील, असं होऊन गेलं. भीतीनं मी हाका मारू लागले. पण कितीही ओरडलं तरी तोंडून शब्द फुटेना. मी जीव घेऊन पळत सुटले आणि एकाएकी समोर एक बाई उभी राहिली. झिंज्या पसरलेली, क्रूर, खुनशी हास्य करणारी! विद्रूप! पाहते तो, तो त्या खोलीत टांगलेला प्रचंड आरसाच होता. माझ्या अंगावर काटा उभा रीहला. प्राणांतिक भयानं किंचाळत मी पळत सुटले आणि कशीबशी माधुरीच्या खोलीत येऊन पोहोचले.

पण अजून माझा थरकाप थांबला नव्हता. त्या भयंकर आरशाकडं बघण्याचं धैर्य मला होत नव्हतं. नव्हे, तो तिथं त्या खोलीत होता तोवर माझं भय कमी होणारच नव्हतं. मी खोलीभर नजर टाकली आणि एकदम मला माधुरीच्या डेस्कवरची ती फुलदाणी दिसली. मी ती उचलली.

– एवढ्यात दारात माधुरी आली. तिच्या हातात कुबडी नव्हती. एकएक पाऊल टाकीत ती माझ्या दिशानं पुढं येऊ लागली होती. तिच्या मागं दिलीप होता. त्याचा चेहरा आनंदानं फुलला होता.

मी दातओठ खाऊन सगळी शक्ती एकवटली आणि ती फुलदाणी समोरच्या त्या प्रचंड आरशावर मारली. खळदिशी आवाज होऊन आरशाचा चक्काचूर झाला.

– आणि त्याच क्षणी माधुरी जमिनीवर कोलमडली! दिलीपला तिला धरतासुद्धा

आलं नाही. मीच पुढं झाले आणि तिला धरून चाकांच्या खुर्चीत बसवलं.

दिलीपकडे वळून मी त्याला स्पष्ट सांगितलं – 'मिस्टर दिलीप, यापुढं तुम्हाला माझ्या घराचा दरवाजा बंद आहे.'

बिचारी माधुरी! मधल्या काळात सुरू झालेलं तिचं हसणंखेळणं हल्ली पार मावळलं आहे. आता ती पूर्वीसारखीच उदास, कोमेजलेली दिसते. चालण्याचं जे काही वेड तिनं मध्यंतरी डोक्यात घेतलं होतं, तेही पार नाहीसं झालंय. बहुतेक वेळ ती चाकाच्या खुर्चीतच बसून असते. मी तिचं सारं काही न कुरकुरता करते. करणार काय? पांगळी असली तरी ती माझी पाठची बहीण आहे!

∎

आल्बम

सई बघत होती... बंगलीच्या काचा पुसायचे काम करताकरता मध्येच थांबून सई खिडकीतून पाहत होती. बंगलीपुढच्या कुरणावर मजेत चहा पीत बसलेल्या डॅडी, ममी आणि मृदुलकडे. तिकडे पाहताना मध्येच तिच्या मुद्रेवर स्मित खेळे. मध्येच ती गंभीर होई. बाहेर स्वच्छ सोनेरी ऊन पडले होते. वाऱ्याच्या झुळका वाहत होत्या आणि हिरवेगार गवत त्यात डोलत होत.. पण मधेच मळभ आल्यासारखे होत होते.

सईची त्या घरावर फार माया होती आणि ते घरदेखील होतेच माया लावण्यासारखे. सरनाईकांचे कुटुंब होते लहान. इन्‌मिन चार माणसांचे. डॅडी, ममी आणि त्यांची दोन मुले - संजय आणि मृदुल. त्यातूनही संजय मुंबईला इंजिनिअरिंगच्या अभ्यासासाठी हॉस्टेलमध्ये आणि मृदुल अजून नकळती पोर. घर अतिशय संपन्न. डॅडी एका मोठ्या इंग्रजी फर्ममध्ये चांगल्या हुद्द्यावर होते; पण पाच वर्षांपूर्वी त्यांचे वडील वारले तेव्हा नोकरी सोडून त्यांना या टुमदार गावात राहून आपली छोटीशी बंगली आणि इस्टेट यांवर लक्ष ठेवणे भाग पडले. हे काम ते मोठ्या मजेत करीत. चाळिशी उलटून गेलेला तो मनुष्य अजून तिशीचा दिसे. त्याचे सारे आयुष्य सुखात गेलेले होते. चैनीची, आरामाची त्यांना फार आवड. अजूनसुद्धा त्यांनी फावल्या वेळात शिकारीला जायचा शौक सांभाळला होता.

ममी अंगापिंडाने लहानखुऱ्या आणि नाजूक असल्या तरी डॅडींची बायको म्हणून शोभत असत. एखाददुसरा विरळ, पिकलेला केस सोडला तर त्या अजूनही तरुण दिसत. डॅडींचे ममींवर फार प्रेम होते आणि दोन मुले ही तर त्यांचे सर्वस्व होते. संजय लाडात वाढलेला. मुंबईसारख्या शहरात त्याला एकट्याला ठेवायचे ममींच्या जिवावर येई, पण मन घट्ट करून त्यांनी आपला काळजाचा तुकडा तिकडे पाठवून दिला होता. आता त्याचे एकदा लग्न झाले आणि त्याची काळजी घेणारे माणूस आले की आपण सुटलो, अशी त्यांची भावना होती.

अर्थात एका काळजीतून सुटताच त्यांना दुसरी काळजी लागणार होती. कारण मृदुल मोठी होऊ लागली असती. उतारवयात झालेले मूल म्हणून त्यांना तिचाही काही कमी लोभ नव्हता. शिवाय मृदुल इतकी हुशार आणि गोड की कुणालाही तिची माया लागावी. या बाबतीत ममींना सईचा मोठा आधार वाटत असे. मृदुलला

सईचा फार लळा होता. जशी काही सई मृदुलची दुसरी आईच होती. नाहीतरी सईचे त्या घराशी केवळ दाईचे नाते राहिलेच नव्हते. तिचे वय आज जवळजवळ ममींच्याएवढेच होते. अल्पवयात विधवा झाल्यावर ती या घराच्या आसऱ्याला येऊन राहिली होती आणि याच घराचा भाग बनून गेली होती. मृदुललाच काय, पण संजयलाही सईने लहानपणी खेळवले होते... ममी तिला फार मानीत. सईला घराविषयी जिव्हाळा होता, काळजीही होती. दिवसभर ती डोळ्यांत तेल घालून घराकडे लक्ष ठेवायची. घर राखायची. कुठे काय चुकले, हे जातीने पाहायची...

सई बघत होती...

बंगलीपुढच्या कुरणात डॅडी, ममी आणि मृदुल मजेत चहा पीत बसली होती. डॅडी कुठल्या तरी इंग्रजी मासिकाचा अंक चाळताचाळता मध्येच चहाचा घुटका घेत होते, मध्येच काही आठवले की ते ममीला सांगत होते. असे काही त्यांना हटकून आठवायचे. त्यांचा स्वभाव मोठा गोष्टीवेल्हाळ होता. मनात आलेले सारे काही ममींच्याकडे बोलून टाकल्याशिवाय त्यांना चैनच पडत नसे. ममी एकीकडे चहाचे घोट घेत, सोनेरी काड्यांचा नाजूक चष्मा लावून संजयसाठी स्वेटर विणीत होत्या. मध्येच डॅडींच्या विनोदावर हलके, प्रेमळ स्मित करीत होत्या. छोटी मृदुल इकडेतिकडे लुडबूड करीत होती. गवतातून उडणाऱ्या फुलपाखरांच्या मागे धावत होती. ती दूर गेली की टेबलाशी येऊन बिस्किट खात होती. तिघेही अगदी आनंदात होती. त्यांना पाहणाऱ्या सईच्या मुद्रेवर कौतुक आणि माया भरून राहिली होती; आणि एवढ्यात –

एकदम तिच्या कपाळावर गोंदवणाच्या खाली एक बारीक आठी पडली. तिला मळभ आल्यासारखे वाटले.

टेबलावर कुणाची तरी मोठी सावली पडली होती.

सावली पडताच ममी दचकल्या. त्यांनी वर पाहिले, तर एक लोखंडासारखा पीळदार मनुष्य उभा असलेला त्यांना दिसला. मळकट कुडते आणि अपुरे धोतर एवढ्या कपड्यांतून त्याची बळकट देहयष्टी उघड कळत होती. किंबहुना त्याच्या अंगावर ते कपडे काहीसे विसंगतच वाटत होते. त्याचा चेहरा अत्यंत निर्विकार होता. डोळे रेखीव आणि लांब होते; पण त्यात अशी विलक्षण जरब होती की ते डोळे पाहताच ममींची नजर लवली. त्यांच्या छातीत अस्पष्ट धडपड सुरू झाली. आपल्याला असे काय होते आहे, हेच त्यांना कळेना. एवढ्यात मृदुल येऊन त्यांना बिलगली. तिची नजर त्या माणसाकडेच होती. ती भेदरून रडकुंडीला आली होती. ममींनी तिला थोपटल्यासारखे केले. एव्हाना डॅडी आपले वाचन थांबवून त्या माणसाला विचारीत होते – 'कोण तू? काय पाहिजे तुला?'

त्याचे ओठ हलले. अगदी हलक्या आवाजात तो म्हणाला, 'मी अंता. मला काम पाहिजे आहे.'

'काम?' ममी-डॅडींना फार आश्चर्य वाटले. त्यांनी काही वर्तमानपत्रात जाहिरात दिली नव्हती. मग हा आला कुठल्या कामासाठी? 'आम्हाला माणूस नको आहे.' डॅडींनी त्याला सांगितले. पण तो काही जागचा हलला नाही. तसाच स्तब्ध उभा राहिला. डॅडींनी त्याला विचारले, 'तू कुठून आलास?'

'फार लांबून आलो.' एवढेच तो म्हणाला.

एव्हाना मृदुलची भीती कमी झाली होती. ती त्या इसमाकडे कुतूहलाने पाहू लागली होती.

डॅडी ममींना इंग्रजीत म्हणाले, की माणूस चांगला उपयोगी आणि सभ्य दिसतो. आपण ठेवून घ्यायला हरकत नाही. काहीतरी काम देता येईल. एवढ्यात ममींनाही आठवले, की अगदीच काही नाही तरी संजयकडे निरोप किंवा एखादी वस्तू पोहोचण्यासाठी तरी माणूस लागतो. त्या डॅडींना म्हणाल्या, 'ठीक आहे. पगाराचं विचारा त्याला.' डॅडींनी तसे विचारताच तो म्हणाला, 'पगार तुम्ही द्याल तो.'

असे सगळे जमत आले. एवढ्यात सई आपले खिडक्या पुसण्याचे काम अर्धेच टाकून खाली आली. तिने अंताकडे क्षणभरच पाहिले. मग तिने रिकाम्या कपबशा गोळा केल्या आणि ती जाऊ लागली.

पण ममींनीच तिला थांबविले आणि त्या म्हणाल्या, 'सई, तुझ्या मदतीला नवीन माणूस आला आहे. कसा काय वाटतो?'

सई काहीच बोलली नाही.

तिच्या गोंदवणाखालची आठी किंचित ठळक झाली. थोड्या वेळाने ती म्हणाली, 'तुमची पसंती ती माझी पसंती.' तरीही तिची नापसंती ममींच्या लक्षात आल्यावाचून राहिली नाही. क्षणभर त्यांना वाटले की, त्या माणसाला सांगावे, 'तू जा इथून. आम्हाला माणूस नकोय. जा जा!'

पण हे क्षणभरच. दुसऱ्याच क्षणी त्याला कामावर ठेवून घेण्याची अगदी तीव्र इच्छा त्यांच्या मनात दाटून आली. जो जो विचार करावा तो तो त्याची आपल्याला फारच गरज आहे, असे त्यांना वाटू लागले. त्यांना सईचा थोडा रागसुद्धा आला. जसे काही तो माणूस कुठूनतरी पाहुणा म्हणूनच यायचा होता. सगळे ठरले होते. आपण त्याची वाटच पाहत होतो. त्याचे येणे अपरिहार्यच होते आणि तरीही तो आल्यानंतर सई त्याचा अपमान करीत होती.

डॅडी आपले लक्ष अंतावरून काढून वाचनात गुंतविण्याचा प्रयत्न करू लागले. पण ते त्यांना कठीण जाऊ लागले. अंताची सावली त्यांच्या हातातल्या मासिकावर पडल्यामुळे असेल किंवा मळभ आल्यामुळे असेल, पण डॅडी हळूहळू अस्वस्थ झाले. काहीसे शोकाकुल झाले. शिकारीच्या वेळी रान उठविण्यासाठी

हाकेकरी घालतात ते हाके त्यांच्या कानांत उगाचच घुमू लागले. अंताच्या चेहऱ्यावर अगदी पुसट स्मित खेळत असल्याचा त्यांना भास झाला. पण तो भासच असावा. एरवी त्याची चर्या अगदी निर्विकार वाटत होती.

एवढ्यात एक चमत्कारिक प्रकार घडला.

मृदुल एकाएकी किंचाळली. एकदा... दोनदा; आणि मग रडतच सुटली. ममी-डॅडींना तिच्या रडण्याचे कारणच समजेना. एवढ्यात अंताने विजेसारखी धाव घेतली आणि तिच्या रोखाने चालत येणारा गवतातला एक मोठा विंचू आपल्या चपलेने तिथल्या तिथे मारून टाकला. त्याला तो ठेचावासुद्धा लागला नाही. नुसता त्याच्या चपलेचा स्पर्श होताच तो घातकी प्राणी अगदी आकस्मिकपणे गतप्राण झाला. एखाद्या प्रचंड पोलादी यंत्राचा प्रहार अगदी वर्मी बसावा तसा. मरतामरता प्राणी सामान्यपणे करतात, तेवढी वळवळसुद्धा तो करू शकला नाही.

विंचवाला मारल्यानंतरही जसे काही काहीच न झाल्यासारखा अंता उभा राहिला. त्याने तोंडून काही शब्द काढला नाही. त्याचा चेहरासुद्धा निर्विकार राहिला. ममी आणि डॅडी यांना कुठल्या शब्दांनी त्याचे आभार मानावेत हेच कळेना. आपल्यासाठी याला देवानेच धाडल्यासारखे त्यांना वाटले. त्याची नोकरी अर्थातच पक्की झाली. मृदुलचीही त्याच्याशी एकदम गट्टी जमली. धावतच त्याच्याकडे जाऊन तिने त्याच्या पायांना विळखा घातला.

पण सईने तिला ओढून घेतले आणि ती तिला पार्कमध्ये खेळायला घेऊन गेली.

अंता हळूहळू त्या घरात रुळू लागला. नेमून दिलेली कामे तो अगदी चोख करीत असे. बंगला साफ ठेवणे, बागेतले तण उपटून टाकणे, बंगल्यात व बागेत माजलेल्या घुशींना, उंदरांना नाहीसे करणे, अशांसारखी कामे तो मोठ्या चलाखीने करायचा. बोलायचा फार कमी; त्यामुळे भांडणतंट्याला जागाच नव्हती. त्याच्याकडे कुणी येत नसे की तो कुणाकडे जात नसे. तो कामसू तर होताच; पण विश्रांती घेई तीही शांत बसून. विडीकाडीचेही त्याला व्यसन नव्हते. तो आला कुठून, कसा राहत असे, हे मात्र अजूनही गूढच होते.

सईची त्याच्याविषयी कसलीही तक्रार नव्हती. किंबहुना तो आल्यापासून तिचे बरेच काम हलके झाले होते; परंतु तिला तो मनुष्य पहिल्यापासूनच आवडला नव्हता. तिला त्याची एक प्रकारची भीतीच वाटत असे. त्याला पाहताच काहीतरी अशुभ घडणार असल्याची चाहूल तिला लागत असे. मात्र ही भावना तिची तिलाच इतकी पुसट कळली होती की त्याबद्दल कुणाकडे काही बोलणे तिला जमलेच नसते. पण अंताचे येणे या घराला चांगले नाही अशी जाणीव तिला झाली होती. एक संकट सरनाईकांच्या घराची वाट चालू लागले आहे, असे काहीतरी तिला

वाटे. निदान छोट्या मृदुलने तरी अंतापासून लांब राहावे, असा तिचा प्रयत्न असे.

पण मृदुल कुठली तिला दाद द्यायला! तिला अंताचा अतिशयच लळा लागला होता. ती मिळेल तेवढा वेळ त्याच्या संगतीत काढायची. मग ती दोघे काय बोलत, काय खेळत कोण जाणे!

एके दिवशी डॅडी आणि ममी बागेत चहा पीत बसली असताना मृदुल एक जुनासा दिसणारा आल्बम घेऊन आली. त्यांना दाखवू लागली. 'तुला कोणी दिला हा आल्बम?' असे विचारताच तिने अंताचे नाव सांगितले. त्याला तो घरात साफसफाई करताना मिळाला असेल, असे डॅडी-ममींना वाटले; कारण त्यात सरनाईकांच्या घरातल्या मंडळींचेच फोटो चिकटवले होते. अर्थात त्यांपैकी कोणीच आता जिवंत नव्हते. आल्बममधला शेवटचा फोटो डॅडींच्या वडिलांचा होता. एवढे मात्र खरे की, आजवर तो आल्बम घरातल्या कुणाच्याही पाहण्यात आलेला नव्हता.

तो आल्बम घेऊन मृदुल घरभर नाचली. आपण आता त्यात फोटो चिकटवणार असल्याच्या घोषणा तिने परतपरत केल्या. त्याप्रमाणे दुसऱ्या दिवशी तिने ममींकडून त्यांच्या ड्रॉवरमधला संजयचा एक फोटो मागून घेतला आणि मुळीच वेळ न घालवता तो व्यवस्थितपणे त्या आल्बममध्ये चिकटवलासुद्धा.

एव्हाना ममींनी संजयसाठी करायला घेतलेला स्वेटर पुरा होत आला होता. थंडीसुद्धा चांगलीच पडू लागली होती. म्हणून त्यांनी अंताला दोन दिवस संजयकडे पाठवायचे ठरविले. स्वेटरबरोबर संजयला आवडता म्हणून खास केलेला पेरूचा मुरंबा आणि पांघरायला नुकताच घेऊन ठेवलेला एक जाडजूड रगदेखील त्यांनी पाठविला होता. त्याच्यासाठी डॅडींनी पाहून ठेवलेल्या एका मुलीबद्दलचा 'गुप्त' निरोपसुद्धा चिठ्ठीतून कळविला होता. अंताबरोबर हे सारे पाठवून ममी स्वस्थ चित्ताने संजयच्या खुशालीच्या निरोपाची वाट पाहत बसल्या.

पण अंता आला तोच भयंकर बातमी घेऊन! चार दिवसांपासून संजय तापाने फणफणत होता. ममी-डॅडींना बघण्याचा त्याने ध्यास घेतला होता. मृदुलला सईकडे ठेवून त्या दोघांनी निघण्याची तत्काळ तयारी केली; पण त्यांचे पाऊल दाराबाहेर पडण्याच्या आतच तारेचा शिपाई तार घेऊन आला.

चार दिवसांच्या त्या विचित्र दुखण्यातच संजयचा अंत झाला होता.

ममी-डॅडींच्या शोकाला सीमा राहिली नाही. त्यांना आकाश फाटल्या-सारखे झाले. त्यांच्या आजवरच्या सुखी आयुष्याला एकाएकी एक मोठा तडा गेल्यासारखे झाले. त्यांच्या सगळ्या आशा संजयवरच होत्या. वंशाचा तो एकुलता एक अंकुर होता आणि ऐन उमेदीच्या काळात त्याला काळाने ओढून नेले होते. ममी-डॅडींचे सर्वस्वच जणू गेले.

आईवडिलांचे हे प्रचंड दुःख चिमुकल्या मृदुलपासूनही फार लांब राहू शकले नाही. केव्हातरी कसेतरी ते तिलाही जाणवले. त्याचा अर्थ तिला नीटसा कळला नाही, तरीही ती व्याकूळ झालीच. आणि सई? तिला तर पोटचा गोळा गेल्यासारखेच झाले. ज्या संकटाला आपण भीत होतो, ते येऊन समोर उभे ठाकले, याबद्दल तिची खात्री पटली. आपण नुसते बघत राहण्यापलीकडे काही करू शकलो नाही, असे तिला वाटले. तिचा अंताविषयीचा राग अधिकच वाढला. का कुणास ठाऊक! कदाचित ती भयंकर बातमी त्याने प्रथम आणली म्हणून असेल.

ममी-डॅडींच्या सांत्वनाला सगळा गाव लोटला. ओळखीपाळखीचे लोक येऊन गेले. चार-आठ दिवस राहूनही गेले. संजयचा अगदी जवळचा मित्र शरद पारसनीससुद्धा येऊन गेला. तो चांगला छायाचित्रकार होता. येताना तो बरोबर कॅमेरा घेऊन आला होता. फावल्या वेळी फोटो काढण्यासाठी. मुंबईला परत जाण्याच्या थोडे आधी तो डॅडींना म्हणाला, 'ही वेळ फोटो काढायची नाही, हे मला कळतं; पण तुमची आठवण म्हणून सगळ्यांचा एक फोटो काढू.' तरीही ममी-डॅडींनी त्याची विनंती मान्य केली नाही. त्याचे विचारणेही औचित्यास सोडून आहे, अशा कल्पनेने ममींना त्याचा थोडा रागच आला. पण डॅडींनी त्याला मृदुल, सई आणि अंता यांचा एक फोटो काढू दिला. मृदुल फोटोचा हट्ट धरून बसली, म्हणूनही असेल. सईच्या मनात नव्हते. पण डॅडींनी सांगितले म्हणून ती मृदुलला धरून उभी राहिली. अंताही मृदुलच्या दुसऱ्या बाजूला उभा राहिला. पण नंतर फोटो आला, तेव्हा शरदच्या चुकीने म्हणा किंवा काही म्हणा, त्याचा फोटो काही आला नाही. बाकी मृदुल आणि सई यांचा फोटो चांगला आला. मृदुलने तर तो तत्काळ आल्बममध्ये लावायचे ठरवून टाकले.

पण ऐन चिकटवायच्या वेळेस मात्र किती शोधले तरी तो फोटो तिला कुठे सापडेचना.

मृदुलला आल्बममध्ये फोटो लावण्याची हुक्कीच आली होती. तेव्हा ती स्वस्थ बसली नाही. आपल्या फोटोऐवजी तिने डॅडींचाच एक जुना फोटो अंताने दिलेल्या त्या आल्बममध्ये लावून टाकला.

त्यानंतर चार-पाच दिवसांतली गोष्ट. डॅडी शिकारीला गेले होते. संजय गेल्यापासून ते कुठेच जात नसत. घरातच बसून कुढत राहत. वाचनातसुद्धा त्यांचे लक्ष लागत नसे. त्यांच्या मुद्रेवरचा आनंद कायमचा नाहीसा झाला होता आणि वय एकदम दहा वर्षांनी वाढल्यासारखे ते दिसू लागले होते. त्यांचे लक्ष त्यांच्या जुन्या आवडत्या शौकात गुंतवावे म्हणून गावातल्या मित्रांनी त्यांना शिकारीला जाण्याची गळ घातली. ममींनीही आग्रह धरला, तेव्हा मनाविरुद्ध का होईना, पण डॅडी जवळच्याच जंगलात शिकारीला गेले. मात्र ममींनी सुरक्षिततेसाठी अंताला त्यांच्यासोबत पाठविले.

अर्ध्या रात्री अंता पळत आला तो डॅडींवर वाघाने हल्ला केल्याची भयंकर बातमी घेऊन! ममींना ब्रह्मांड आठवले. सारे संपले. सकाळपर्यंत डॅडींचे मित्र कळाहीन चेहऱ्यांनी घरी आले. ममींच्यासमोर उभे राहण्याचेही धैर्य त्यांना होत नव्हते.

पण ममी त्यांना काही बोलल्या नाहीत. किंबहुना त्या दिवसापासून कुणाशीच त्या फारसे काही बोलल्या नाहीत. त्यांनी अंथरूणच धरले. त्या दिवसेंदिवस झिजू लागल्या. कुणी त्यांचे सांत्वनही करू शकत नव्हते. सांत्वन कसे करणार? कसला हासभास नसताना एकाएकी घरातले दोन कर्ते पुरुष एकामागून एक गेल्यानंतर त्यांना समाधानाला राहिलेच होते काय? त्या जणू जगातून उठल्या. मृदुलकडेसुद्धा लक्ष द्यायला त्यांना होत नसे.

सई मृदुलकडे बघत होती.

एके दिवशी सई मृदुलचे पान वाढून तिला बोलावण्यासाठी बाहेर आली. मृदुल टेबलापाशी बसून काहीतरी उद्योग करीत होती. घरावर कोसळलेल्या दोन आपत्तींनी मृदुल नकळत काहीशी गंभीर झाली होती. एकदम थोडी मोठी झाली होती. आतासुद्धा ती जो उद्योग करीत होती त्यात बालिश खेळकरपणापेक्षा प्रौढ एकाग्रताच अधिक होती. एखादे गंभीर कर्तव्य पार पाडावे तसे तिचे काम चालले होते. ती काय करीत आहे, हे लक्षात येताच सई एकदम पुढे झाली आणि तिने तिच्या हातातून त्या दोघींचा तो फोटो हिसकावून घेतला. मृदुल तो आल्बममध्ये लावण्याच्या प्रयत्नात होती. सईने तिला विचारले, 'कुठं मिळाला तुला हा फोटो?'

आपल्या उद्योगात व्यत्यय आलेला मृदुलला मुळीच आवडला नाही; पण ती शांतपणे म्हणाली, 'तूच तो लपवला होतास! होय ना?'

त्या प्रश्नाचे उत्तर सईने दिले नाही. ती ते देती, तर 'का?' असा पुढचा प्रश्न मृदुलने टाकला असता आणि त्याचे नीटसे उत्तर सईकडे नव्हते. आपण त्या आल्बमला घाबरतो, असे जर ती सांगती तर तिला कुणीही खुळ्यात काढले असते. आल्बममध्ये फोटो लावू नको, असे सांगून ते मृदुलने ऐकले नसते. अंतापासून दूर राहा, असे तिने सांगितलेले तरी मृदुल कुठे ऐकत होती? अंताने आल्याबरोबर पहिल्या दिवशी ज्या पद्धतीने विंचू मारला होता, ती आठवली की अजून सईच्या अंगावर शहारे येत. तिला इतके असहाय वाटत होते! हत्तीच्या पावलांनी येणाऱ्या या संकटाची चाहूल आपल्याशिवाय दुसऱ्या कुणालाच कशी लागत नाही, याचे तिला आश्चर्य वाटत होते. ती चाहूल दुसऱ्यांना कशी ऐकवायची याचे तिला कोडे पडले होते.

सई मृदुलला इतकेच म्हणाली, 'जेवायला चल.' मृदुलही काही न बोलता तिच्यामागून गेली. तो फोटो सईकडून मागून घेण्याचे धैर्य तिला झाले नाही.

रात्री मृदुलला एकाएकी जाग आली. खरे म्हणजे ती नीटशी जागी तरी झाली की नाही कोण जाणे! एखाद्या तंद्रीत असावे तशी ती उठली. पलीकडे सई जमिनीवर झोपली होती. दिवसभराच्या श्रमांनी तिला इतकी गाढ झोप लागली होती की, मृदुल पलंगावरून खाली उतरल्याचे तिला समजलेच नाही. डॅडी गेल्यापासून आजारी ममी वेगळ्याच खोलीत झोपत आणि मृदुल सईकडे माडीवर झोपत असे. मृदुल उठली आणि अर्धवट झोपेतच तिने खिडकीचा पडदा बाजूला सारला. त्यासरशी झोंबणाऱ्या गारठ्याची एक झुळूक आत आली. मृदुल शहारली आणि खिडकीपासून दूर झाली. एवढ्यात तिला चांदण्यात खिडकीखाली कुणी काळीभोर पीळदार आकृती उभी असल्याचे दिसले. म्हणून तिने पुन्हा वाकून पाहिले; पण तिला भासच झालेला असावा. खाली कोणीच नव्हते. खिडकीतून आत आलेल्या चांदण्यात एका वस्तूकडे मृदुलचे लक्ष वेधले. ती वस्तू तिच्या उशालगतच टेबलावर होती. एक छोटी चांदीची फोटोफ्रेम होती ती; आणि तिच्यात ममीचा फोटो ठेवलेला होता. मृदुलच्या अर्धवट मिटलेल्या डोळ्यांत एक चमक तरळली. त्या विलक्षण तंद्रीत तिने ती फ्रेम उचलली आणि चोरपावलांनी ती माडीचा जिना उतरून खाली आली.

खाली एक कंदील जळत होता. टेबलावर तो आल्बम तसाच उघडा पडला होता. शेजारीच डिंकाची बाटली होती. अर्धवट जागी, अर्धवट झोपेत अशा त्या चमत्कारिक अवस्थेतच मृदुलने ती फ्रेम उघडली आणि आतला फोटो बाहेर काढला. त्याला नीट डिंक लावून तिने तो आल्बममध्ये चिकटवला. मग त्याच गुंगीत वर येऊन ती गाढ झोपी गेली.

सकाळी जेव्हा मृदुल जागी झाली तेव्हा रात्रीचा प्रकार खरा होता की स्वप्नातला, हे तिला नीटसे समजत नव्हते; पण तसा प्रकार खरोखरच घडला हे तिच्या आधी सईच्या ध्यानात आले. कारण मृदुलने बालसुलभतेने चांदीची फोटोफ्रेम खाली तशीच टाकली होती. सईने दुधाचा पेला मृदुलच्या पुढे ठेवला आणि ती तिला रात्रीच्या प्रकाराविषयी काही विचारणार, इतक्यात –

इतक्यात अंता ममींच्या खोलीच्या दिशेने पळतपळत आला आणि म्हणाला, 'ममी तुम्हाला बोलावताहेत – आत्ता!' त्याच्याकडे पाहताच सईच्या काळजात चर्रर्र झाले. ती धावतच ममीच्या खोलीत गेली. अस्थिपंजर झालेल्या ममी शेवटचा श्वास लागून तळमळत होत्या. सईच्या मागून मृदुलही तिथे आली. ममींच्या तोंडून शब्द फुटत नव्हता. त्यांनी हातांनी खूण करून मृदुलला जवळ बोलाविले. तिच्या डोक्यावरून थरथरता हात फिरविला आणि 'हिला सांभाळ' एवढेच कसेबसे बोलून त्यांनी मान टाकली.

ममी गेल्यानंतर त्या घरात दिवासुद्धा लागला नाही. मृदुल कोपऱ्यात रडत पडली होती. सईचे जणू सारे भान हरपलेले होते. अंता मात्र निर्विकार होता. कातरवेळ झाली आणि मृदुल झपाटल्यासारखी उठली. तिने तो आल्बम बाहेर काढला. डिंकाची बाटली घेतली आणि ती टेबलापाशी जाऊन बसली. आल्बमचे एकच पान आता शिल्लक राहिले होते. अंता दारात उभा राहून पाहत होता. मृदुलच्या हातात पारसनीसने काढलेला त्या दोघींचा तो फोटो होता. तिने तो व्यवस्थितपणे आल्बममध्ये चिकटविला मात्र – वास लागल्यासारखी सई तिथे धावत आली आणि वाघिणीसारखी मृदुलच्या अंगावर झडप घालून ओरडली – 'अजून – अजून सुटत नाही हे? सबंध घरावर धाड पडली! आता राह्यलंय कोण? तू आणि मी! मी तुझ्यासाठीच जगलेय गं पोरी! तुझी आई जाताना तुला सांभाळायला सांगून गेलीय, म्हणून...' असे म्हणून ती मृदुलला गच्च मिठी मारून ढसढसा रडू लागली. एवढ्यात तिचे लक्ष आल्बममध्ये चिकटवलेल्या शेवटच्या फोटोकडे गेले. 'हा कुठून मिळाला तुला?' ती किंचाळली. मृदुलने दारात उभ्या असलेल्या अंताकडे नुसता हात केला. तशी त्याच्या अंगावर धावून जात सई ओरडली, 'मेल्या! – तूच सत्यनाश केलास आमच्या घराचा! चांडाळा! काळं कर आधी! हो चालता! हो चालता!'

अंताने काहीच उत्तर दिले नाही. तो वळला आणि बंगलीच्या पायऱ्या उतरू लागला.

सई अजूनही त्याला शिव्याशाप देतच होती. इतक्या दिवसांचा तिचा राग, तिची असहायता आज अनिर्बंध वाहू लागली होती. आता ती कुणालाच जुमानत नव्हती. कुणालाच घाबरत नव्हती. ती मुलगी हे तिचे सर्वस्व होते. दोघीही जणी पूर्णपणे अनाथ झाल्या होत्या. पण अजून आशा संपली नव्हती. काय होणार या मुलीचे? काय होणार?... समोर आल्बमची पाने फडफडत होती. बाहेर अंधारून आले होते.

ते काही नाही! या मुलीला वाचवायला हवे. निदान या एकुलत्या एका मुलीला. आजवर आपण नुसत्या पाहत राहिलो. काही केले नाही. पण आता करायला हवे. ती वाचेल. अजूनही वाचेल. तिचे विधिलिखित या अल्बमवर लिहिलेले आहे. पण ते खोटे ठरेल. या वेळी नक्की खोटे ठरेल! कारण तो फोटो तिचा एकटीचा नाही. दोघींचा आहे. ती जर मरणार असेल तर दोघीही एकदम मरायला हव्यात. ते अशक्य आहे. या वेळी आल्बम काहीच करू शकणार नाही. काहीसुद्धा नाही!... आणि त्यातून असेच केले तर? हा आल्बम नाहीसाच करून टाकला तर? ही घरावरची अभद्र सावली पुसूनच टाकली तर?...

सई तो आल्बम उचलून स्वैंपाकघरात धावली. तिच्यामागून मृदुलही आत

गेली. सईने घासलेटचा डबा उचलून आल्बमवर रिता केला. तिच्या हालचाली पिसाटासारख्या होत होत्या. 'सई!... सई!...' असे मृदुल ओरडत असतानाच सईने काकडा पेटवून त्या आल्बमवर ठेवला. कडाकडा आवाज करीत तो आल्बम जळू लागला. सरनाईक घराण्यातल्या सगळ्या मृतांचे ते छायारूप अवशेष, ज्वाळांमध्ये नाचू लागले. सई आणि मृदुल – दोघीही एकमेकींना गच्च मिठी मारून स्फुंदू लागल्या.

पण तो आल्बम त्या ज्वाळांना नुसता चवीला पुरला. त्यामुळे उलट त्या ज्वाळांची भूक वाढली. त्या वाढतवाढत गेल्या, कडीपाटाला जाऊन भिडल्या आणि भीतीने भान हरपलेल्या त्या दोघींभोवती त्यांनी फेर धरला. त्या दोघींच्या ओठांतून ज्या काही गुदमरलेल्या किंकाळ्या बाहेर पडल्या असतील, त्या दाराबाहेरसुद्धा पोहोचण्याआधी रणरणत्या ज्वाळांनी खोल्यांमागून खोल्या भस्मसात करायला सुरुवात केली होती. सबंध बंगलीभर त्यांचे तांडव सुरू झाले होते.

अंता फार दूर गेला नव्हता. त्याने एकदा वळून पाहिले. विलक्षण झगझगता प्रकाश त्याला दिसला. क्षणात त्याच्या दगडी चेहऱ्यावर एक पुसट स्मित उमटले आणि तो पुन्हा निर्विकार झाला. तो जसा कोण्या अज्ञात ठिकाणाहून आला होता, तसाच कोण्या अज्ञात ठिकाणी चालता झाला.

जळक्या लाकडांच्या ढिगाऱ्यात त्या दोन देहांचे कोळसे पडले होते. प्राण निघून गेले तरी त्यांतले दोन डोळे त्या सर्वनाशाकडे बघत होते. घरादारासकट सबंध कुटुंबाला समूळ नष्ट करणाऱ्या एका प्रचंड शक्तीकडे – असाहाय्य अनामिक भीतीने – सताड उघडे राहून बघत होते – एकटक बघत होते...

■

तुमची गोष्ट

ही तुमची गोष्ट आहे.

तुमची म्हणजे – तुमच्या बाबतीत घडू शकेल अशी.

तुम्ही मध्यम वयाचे, तसे तरुणच म्हणा हवे तर, सुशिक्षित, मध्यमवर्गीय, महाराष्ट्रीय गृहस्थ आहात. कुठल्यातरी कंपनीत म्हणा, बँकेत म्हणा, सचिवालयात म्हणा, तुम्हाला साधारण बऱ्यापैकी पगाराची नोकरी आहे. तुम्ही विवाहित आहात. प्रेमविवाह नाही. तसे तुम्ही मुलींच्या फंदात कधीच नव्हता. हां! म्हणजे कॉलेजमधल्या अगर रस्त्यातल्या सुंदर मुलींकडे वळून न पाहण्याइतके तुम्ही अरसिक नव्हता. (अजूनही नाही.) पण ते तेवढेच. लग्न जुळविले आईवडिलांनी; पण निवडीबद्दलही तुमची तक्रार नाही. बायको दिसायला चारचौघींसारखी आहे. मधूनमधून कटकट करते; पण तिचे तुमच्यावर प्रेम आहे. तुम्हालाही ते माहीत आहे. ती मुलांचे सगळे करते, घर नीट ठेवते, आल्यागेल्याचे करते. मुले शाळेत जाताहेत, मस्ती करताहेत, चांगली निरोगी आहेत.

थोडक्यात, तुम्ही सुखवस्तू आहात. समाधानी आहात. आयुष्यात तक्रारीला फारशी जागा नाही.

थांबा! – तुम्ही काय म्हणणार, ते मला ठाऊक आहे. तुम्ही अगदी

'सर्व सूखी' नाही. कबूल आहे. समर्थांच्या म्हणण्याप्रमाणे सबंध 'जगी'च तसा कोणी नाही. तशा बारीकसारीक काळज्या प्रत्येकालाच आहेत. मुलीच्या शाळेचा खर्च फार होतो, मुलगा गणितात कधीकधी 'उडतो,' बायकोचे सांधे धरतात, तुमचे बॉसशी खटके उडतात, नात्यातल्या सगळ्यांच्या जबाबदाऱ्या तुमच्यावरच येतात – एक ना दोन. कुठलीतरी काळजी आहेच.

तशा विवंचना आहेतच हो! पण त्याशिवाय सुखाची तरी काय चव? पण महत्त्वाचे काय असेल तर तुमचा 'कॉन्शस.' तो स्वच्छ आहे. सदसद्‌विवेकबुद्धी ठणकत नाही. रात्री झोप चांगली लागते. तुम्ही कुणाचे काही देणे लागत नाही. कुणाशी वैर नाही. कुणाला तुमच्याविषयी आकस नाही. तुम्हाला अकारण लोभ नाही. कसली व्यसने नाहीत. गुन्हा – ती दिशाच तुम्हाला ठाऊक नाही. आजवर तुम्ही कसलाही गुन्हा केलेला नाही – पुढेही करण्याची शक्यता नाही; कारण तुम्हाला आपली समाजातील जबाबदारी समजते. बायकोमुलांची जबाबदारी समजते.

दुसरे, तुमची वृत्तीच मुळीच गुन्हेगारी नाही. तुमचा आपला नाकासमोरचा रस्ता. इकडेतिकडे बघण्याचे कारणच काय? म्हणजे तसा अतिरेकी चांगुलपणाही तुम्ही दाखविणार नाही. हरिश्चंद्रावर संकटे आली हे तुम्हाला माहीत आहे. बसच्या रांगेत तुम्ही हळूच पुढे घुसता. रस्त्यात पैशाचे पाकीट सापडले, तर ते काही तुम्ही पोलिसांच्या हवाली करालच असे नाही. (तेसुद्धा पोलीस ते स्वत:जवळ ठेवणार नाही, याची तुम्हाला खात्री नसल्यामुळे.) पण या असल्या फालतू गोष्टींनी तुम्ही काय फार मोठे गुन्हेगार ठरत नाही. 'कॉन्शस' स्वच्छ! – तुमच्या अंगावरच्या परीटघडीच्या कपड्यासारखा.

वर्तमानपत्रात तुम्ही गुन्ह्याच्या बातम्या वाचता, त्या गंमत म्हणून. त्या वाचून तुम्हाला आश्चर्य वाटते. लोक खून करीत असतील, आत्महत्येला प्रवृत्त होत असतील, सोन्याच्या चिपा चिखलात लपवीत असतील, लाखो रुपये भिंतीत चिणीत असतील – हे तुम्हाला खरेच वाटत नाही. आता छापून आले म्हणजे ते खरे असणारच. (कारण छापून आलेल्या गोष्टीवर तुमचा विश्वास आहे.) पण एकूण तुमचे जग वेगळे आणि या गुन्ह्यांचे जग वेगळे. म्हणून तर तुम्हाला गुन्हेगारीच्या कथासुद्धा आवडत नाहीत. शाळा- कॉलेजात असताना तुम्ही रहस्यकथा वाचल्या आहेत; पण ती आपली गंमत म्हणून! त्यातले काही तुम्हाला मनापासून कधीच पटले नाही. आणि ते इंग्रजी रहस्यपट! बाप रे! त्यांत बायका नवऱ्यांचे खून काय करतात! प्रियकर प्रेयसींचे सूड काय घेतात! ती विषं! ती पिस्तुलं! हरे राम! औषधाच्या बाटलीवर 'पॉइझन' शब्द दिसला की तुम्ही डॉक्टरने एक गोळी घ्यायला सांगितली असताही अर्धीच घेता. आणि पिस्तुलं! शपथेवर सांगायचे तर, खरे पिस्तुल तुम्ही अजून पाहिलेले नाही. गोष्टीत काय पाहिजे ते दाखवावे. अरे, चांगला माणूस जाईलच कशाला गुन्ह्याच्या वाटेला?

निदान तुमच्यासारखा सभ्य माणूस तरी – शक्यच नाही! पण समजा –

समजा, संध्याकाळचे सहा वाजलेले आहेत. तुम्ही ऑफिसमधून घरी परत चाललाआहात. तुमचा रोज संध्याकाळी घरी जाण्याचा रस्ता क्षणभर डोळ्यांसमोर आणा. चर्चगेटजवळचा म्हणा, व्हीटीजवळचा म्हणा – ऑफिसमधून घरी जाण्याचा तुमचा नेहमीचा रस्ता!

– रस्ता अर्थातच गजबजलेला आहे.

तुम्ही आपल्या तंद्रीत चालत आहात. डोक्यात नेहमीचेच विचार आहेत. नथिंग स्पेशल! दिवसभराच्या कामाने तुम्ही काहीसे थकलेले आहात; पण घराच्या ओढीने थोडा उत्साहही वाटत आहे.

समोरच्या रस्त्यात एक बाई घुटमळत उभी असलेली तुम्हाला दिसते.

बाई तशी तरुण आहे. दिसायला बऱ्यापैकी. निळसर रंगाचे पाचवारी जॉर्जेट ती नेसली आहे. पदर डोक्यावरून घेतलेला. वेषभूषेत भडकपणा कुठेच नाही. एवढे सगळे तुमचा मेंदू क्षणार्धात टिपून घेतो आणि तुम्ही पुढे चालू लागता.

पण ती बाई तुम्हाला थांबविते. तिच्या हातात कसले तरी चिठोरे आहे. ते ती तुमच्यासमोर धरते.

अच्छा! ही पत्ता शोधते आहे!

रस्ता तुमच्या माहितीचा आहे. दोन रस्ते टाकून पलीकडेच तर तो आहे.

तुम्ही तिला इंग्रजीतून समजावून देऊ लागता. हातवारे करून.

'अँग्रेजी नहीं' – ती ओशाळून सांगते.

मग राष्ट्रभाषा! फर्ड्या हिंदीत तुम्ही तिला पत्ता सांगू लागता. तिच्या डोक्यात काही प्रकाश पडलेला दिसत नाही. तुम्ही घड्याळाकडे पाहता. फारसा उशीर झालेला नसतो. तुम्ही म्हणता, 'चलो, हम दिखायेंगे।'

तिला एकदम हायसे वाटते. मोठी अडचण दूर झाल्यासारखा तिचा चेहरा उजळतो. तसे तुम्हाला दुसऱ्याच्या उपयोगी पडणे आवडते. बाईही चांगल्या घरातली दिसते. मदत करणे कर्तव्यच आहे. शहरांमधून पत्ते सापडणे मुश्किलीचे. त्यातून तो लिहिलेला इंग्रजीतून...

तुम्ही दोघे चालू लागता. तुम्ही अर्थातच तिच्यात व तुमच्यात सुरक्षित अंतर राखलेले आहे. हो, पाहणाऱ्याचा उगाच गैरसमज नको!

बाईचा स्वभाव मोकळा दिसतो. तशी ती वयाने फार मोठी नाहीच. वीस-बावीस वर्षांची मुलगीच म्हणा ना! बोलण्यात अमाप उत्साह आणि आर्जव. स्वर लाघवी आणि बोलणे गोड. पहिली भीड चेपताच ती मनमोकळेपणाने बोलू लागते : 'बाबूजी, आप को तकलीफ पडी । हम लोग यहाँ नये आये हैं । दो-चार दिन हुवे, इसलिए घर ढूँढना भी मुश्किल हो जाता है । हमारे घरवाले ने पता लिखके दिया हे । चिठी बॅग में रखके बाहर जाती हूँ । मकान नहीं मिला तो आप जैसे किसी भले आदमी को – '

स्वत:चा 'भला आदमी' असा उल्लेख ऐकून तुम्हाला थोडे बरे वाटते.

'लेकिन आप गये कैसे?' तुम्ही विचारता – काहीशा कुतूहलाने, काहीसे सहज. काहीतरी बोलायचे म्हणून.

'घरवाले ने सुबह टॅक्सी में छोड दिया बहेनजी के घर।' बोलताना स्मित करण्याची तिची पद्धतही मोठी गोड आहे. एखाद्या लहान मुलाच्या उत्साहाने ती सगळे सांगते. 'मैं टॅक्सी में ही लौटी! लेकिन यहाँ मार्केट में तरकारी काटने की छुरी लेनी थी।' बोलताबोलता ती आपल्याजवळच्या बुधल्यासारख्या मोठ्या, झिपच्या

पर्समधून एक नवी कोरी, लखलखीत सुरी बाहेर काढते. बालिशपणे विचारते, 'अच्छा है ना पाँच रुपये में? महंगा तो नहीं?'

तिच्या भाबडेपणाची गंमत वाटून तुम्ही म्हणता, 'नही, महंगा नही । अच्छावाला दिखता है।

'बिलकुल अच्छावाला है!' ती ठासून म्हणते, 'जर्मन है । देखिये देखिये तो!' – सुरी पुढे करीत ती सस्मितपणे म्हणते, 'डरते है क्या?'

तुम्ही किंचित दुखावता. सुरीला घाबरायला तुम्ही काय लहान मूल आहात? तुम्ही ती हातात घेता. पात्यावरून, धारेवरून बोट फिरवीत किंचित हसून म्हणता, 'इसमे डरने की क्या बात है?'

आणि याच वेळी गर्दीतून एक माणूस तुमच्या दिशेने धावून येतो.

तो मोठमोठ्याने ओरडतो आहे. हिंदीतून, सिंधीतून शिव्या देतो आहे. तुमच्याकडे बोट रोखून बरळतो आहे.

एकाएकी हे घडल्यामुळे तुम्ही दचकता. ती तरुणीही बिचकून तुम्हाला बिलगते.

त्या माणसाचा अवतार विलक्षण आहे. केस विस्कटलेले, कपाळावर आलेले, फुलाफुलांचा बुशशर्ट, काळी पँट आणि नाटकात लावतात तशी छोटीशी दाढी हनुवटीवर. भुवया जाड, काळ्या.

क्षणार्धात एवढे तुमच्या लक्षात येते न येते तोच तो माणूस तुमच्या अंगावर धावतो. सुदैवाने ती सुरी अजून तुमच्याच हातात असते. तुम्ही ती नकळतच पुढे करता, तशी तो थोडा मागे होतो. पण तोंडाचा पट्टा चालूच ठेवतो.

एव्हाना लोकांची गर्दी जमलेली असतेच. जवळपासच्या दुकानांतले लोक, फेरीवाले वगैरे लोकांचा थवा जमतो. तो माणूस तुम्हा दोघांकडे बोटे दाखवीत पुन:पुन्हा तुमच्या अंगावर येतच असतो, आणि तुम्ही ती सुरी उगारून स्वत:चे संरक्षण करीत असता. काय चालले आहे, हे तुमच्या बिलकुल ध्यानात येत नाही. जे काय तुमच्या हातून घडते ते नकळत.

थोडे भान येताच तुम्ही त्या तरुणीला खेचता आणि चालू लागता. का कोण जाणे, तुम्ही पुढे होता तसतशी गर्दी तुम्हाला वाट करून देते.

तुम्हाला भोवळ आल्यासारखे होत असते. कपाळावरची शीर ताड ताड उडत असते. कोण होता तो? कशासाठी तो आपल्या अंगावर धावून येत होता? कशासाठी दोघांच्या रोखाने हातवारे करीत होता? आपला आणि हिचा संबंध तर त्याला सूचित करायचा नव्हता ना?...

'कौन था वह?'

तिचे तर भीतीने पाणीपाणी झालेले आहे. चेहरा पांढराफटक पडलेला आहे.

या विचित्र प्रकाराने तीही भेदरून गेली आहे. 'मैंने सोचा, कोई आप का दुष्मन होगा!' एवढेच ती कशीबशी बोलते.

एवढे होईपर्यंत ती इमारत येतेच – आणि एकदम तुमच्या ध्यानात येते की, ती सुरी अजून तुमच्याच हातात आहे! तिची मूठ घामाने थबथबली आहे; आणि मग जमावाने आपल्याला वाट का दिली हे तुमच्या लक्षात येते. आपण... ही सुरी... म्हणजे... ते आपल्याला... हसावे की रडावे हे तुम्हाला कळत नाही. सुरी मारून आपल्याला जिथे एका घावात दूधभोपळासुद्धा चिरता येत नाही...

'लीजिए आप की छुरी ।'

'आप उपरतक आयेंगे? मुझे डर लगता है ।' तिच्या स्वरात कंप असतो. मघाच्या प्रसंगाने तिचे शरीर अजूनही कापत आहे.

'अच्छा! चलो!' तुम्ही इमारतीच्या मुख्य दरवाजातून आत येता. 'छुरी लो ।'

ती सुरी घेण्यासाठी हात पुढे करते. पण एवढ्यात एक अडचण तिच्या ध्यानात येते. पर्सची झिप उघडायला दोन्ही हात मोकळे हवेत. ती झिप उघडते. दोन्ही हातांनी पर्सचे बंद धरते आणि म्हणते, 'रक्खो ।'

तुम्ही सुरी त्या पर्समध्ये ठेवता.

'बाबूजी, आप को तकलीफ दे रही हूँ ।' ती लीनपणे म्हणते. त्या लीनपणाने तुम्ही भारावून जाता.

चौथ्या मजल्यावर तिची खोली असते. ते चार काळोखी जिने चढून जाणे महाकठीण असते. आणि मध्येच 'उई' असा उद्‌गार काढून ती खाली बसते.

'क्या हुवा?' तुम्ही थांबून विचारता.

'कुछ नहीं । हमारा पैर...' ती कशीबशी उठून उभी राहते. क्षणभर श्वास घेते. मग चालू लागते. बहुधा तिचा पाय मुरगळला असावा. तशीच लंगडत लंगडत ती आणखी दोन जिने चढते.

खोलीच्या दाराला कुलूप आहे.

ती पर्समधून किल्ली काढण्याचा प्रयत्न करते. सामानाच्या गर्दीत ती सापडता सापडत नाही. एव्हाना तिच्या मुद्रेवरचा उत्साह पार नाहीसा झाला आहे. ती त्रस्त दिसू लागली आहे.

अखेरीस किल्ली सापडते. ती कुलूप उघडू लागते.

'अच्छा तो मैं चला!' तुम्ही तिला सांगता.

'ठहरो ना! – जरा चायबाय तो लो! इतनी तकलीफ उठा ली ।' – पुन्हा तेच आर्जव.

क्षणभर तुम्हाला थांबण्याचा मोह होतो. नुकत्याच घडलेल्या प्रसंगाने झालेला मनाचा गोंधळ, चार मजले चढून आलेला थकवा, तिचे घर पाहण्याची उत्सुकता

आणि या सर्वांवर कळस म्हणजे तिने गोड आवाजात केलेला चहाचा आग्रह...

तरीही तुम्ही सावध असता. कुणा अनोळखी घरात जाऊन भलत्या भानगडीत पडण्याची तुमची इच्छा नसते; म्हणून तुम्ही तिच्या विनंतीला नकार देऊन जाऊ लागता. असंख्य वेळा 'शुक्रिया' म्हणून ती तुम्हाला निरोप देते आणि कुलूप उघडू लागते.

तुम्ही आठ-दहा पायऱ्या उतरता. एवढ्यात वरून हाक येते – 'देखिये तो!'

तुम्ही वळून पाहता. जिन्याच्या कडेशी तिचा अजीजी करणारा भाबडा सस्मित चेहरा दिसतो.

'माफ कीजिए । मुझसे यह ताला खुलता नहीं । आप जरा...'

तुम्ही किंचित हसून परत वर जाता.

तिच्या हातून किल्ली घेऊन कडी सरकवता.

थोडा जोर लावून दार उघडता.

दार ढकलताच काहीतरी धाडकन कोसळल्याचा आवाज येतो आणि दरवाजात दोन पाय आडवे पडलेले दिसतात.

तुम्ही विस्मयाने पुढे होता. दरवाजातून आत जाता.

– भयंकर!

आत एक प्रेत पडलेले आहे. त्याची कुशी रक्ताने भिजलेली आहे.

अरे बाप रे! हा तर तोच माणूस आहे – मघाचाच! तुमच्या अंगावर धावून येणारा, फुलाफुलांचा बुशशर्ट, काळी पँट घातलेला. छोटी दाढी... जाड भुवया...

पण तो इथे कसा? आणि या स्थितीत?

बाप रे! तुम्ही सरळ रक्ताच्या थारोळ्यात उभे आहात.

क्षणात तुमच्या लक्षात येते, की हा खून आहे. आपण एका अनोळखी घराचे दार उघडून आत शिरलो, आणि तिथे खून झालेला आपल्यालाच प्रथम दिसला. आपल्यावर आळ येण्याचा संभव...

तुम्ही – काय कराल?

तुम्ही – काय – कराल?

तुम्ही पळत सुटता. त्या काळोख्या जिन्यांवरून चार-चार पायऱ्या ओलांडीत तुम्ही जिवाच्या आकांताने पळत सुटता. त्या अनोळखी स्त्रीपासून, त्या भयंकर खोलीपासून, रक्ताने लडबडलेल्या त्या प्रेतापासून दूर दूर पळत सुटता.

इमारतीच्या बाहेर पडून तुम्ही रस्त्यावर येता. तरीही अजून तुम्ही पळत आहात.

– एकदम एक माणूस समोरून येऊन तुम्हाला धरतो.. तुम्ही हिसडा देऊन पळू लागता; पण तुमच्याभोवती एव्हाना माणसांचा घोळका जमलेला आहे. तुम्हाला थांबावेच लागते.

वरच्या खिडकीतून ती तरुणी 'पकडो! पकडो!' असे ओरडत असते. तिचे ओरडणे आता थांबते. ती खुणा करून सर्वांना वर बोलावते.

एव्हाना दोन पोलीसही तिथे हजर झाले आहेत. तुम्हाला घेऊन ते पोलीस आणि तो घोळका चौथ्या मजल्यावर जाऊ लागतो...

हे काय चालले आहे हेच तुम्हाला समजत नाही. तुम्ही बधीर होऊन गेला आहात... 'मला सोडा!... मी खून केलेला नाही... मला सोडा!... मी खून केलेला नाही!...' हेच तुम्ही वेड्यासारखे परत परत ओरडत राहता. धरून ठेवलेले असतानाही उसळ्या घेत राहता.

जिन्याच्या पायऱ्यांवर तुमच्या बुटाला लागलेल्या रक्ताचे अधिकाधिक स्पष्ट होत गेलेले ठसे आहेत. पोलीस त्यांविषयी एकमेकांशी काहीतरी बोलतात. ठसे खोलीच्या दाराशी फारच स्पष्ट झाले आहेत.

सगळे खोलीत घोळका करतात. मघाची तरुणी रडत बाजूला उभी असते.

आणि आता प्रेताच्या कुशीत ती सुरी असते. मघाचीच. तुम्ही हाताळलेली. ही मघा प्रेताच्या कुशीत नव्हतीच. तेव्हा तरी ही तिच्या पर्समध्ये...

'साहेब, हीच सुरी हा या माणसावर मघाशी उगारीत होता.' लोक पोलिसांना माहिती पुरवितात.

न राहवून तुम्ही ओरडता, 'नाही! तो हा नाही! हा सगळा बनाव

आहे! याची दाढी बघा, खोटी आहे!'

भान न राहून तुम्ही पुढे वाकून प्रेताची दाढी ओढता. ती हलत नाही. ती खरीच आहे. लोक हसतात. पोलीस तुम्हाला मागे खेचतो.

'साहेब, मघा याच माणसाशी भांडण झालं. आणि मग यानं त्याचा खून केला!' लोक सगळी हकीगत अगदी सहज जुळवून पोलिसांना सांगतात.

'नाही हो! मी निरपराध आहे! मी असं करणं शक्यच नाही! मी या बाईला नुसतं घर दाखवायला इथं आलो.' पण तुमचा शब्द कुणी ऐकूनच घेत नाही.

'साब, यह मुझे इधर ले आया। सौ रुपया देगा करके बोला।' हुंदके देत ती तरुणी सांगते, 'लेकिन इसके पीछे यह आदमी आया और...' ती रडू लागते.

'खोटं बोलत्येय ही!' तुम्ही ओरडता, 'मी मुळीच घेऊन आलो नाही हिला! हे हिचंच घर आहे!'

तुमच्या या विधानावर कुणाचाही विश्वास बसणे शक्य नाही; कारण खोली संपूर्ण मोकळी आहे. तिथे कुणीही राहत असल्याची एकही खूण नाही.

नाही म्हणायला खोलीत एक पलंग मात्र आहे.

आणखी पोलीस हजर होतात... इन्स्पेक्टर्स.... फोटो घेतले जातात... पोलिसांच्या गाडीतून तुम्हालालॉक-अपमध्ये नेऊन ठेवण्यात येते.

त्या बंद कोठडीत तुम्ही विचार करीत राहता. जे काही घडले त्याचे तुम्हाला अजूनही आश्चर्य वाटत आहे. हे सारे झालेच कसे? तुमच्या-सारखा चांगला माणूस या घाणेरड्या गुन्ह्यात गुरफटला कसा? तुमचे चुकले कुठे? तुमचा अपराध तरी काय?

खून करून आधीच प्रेत दरवाजाशी उभे करून ठेवले होते यात शंका नाही. सुरी त्या तरुणीने तुम्ही जिना उतरत असताना तिथे ठेवली असणार.

आणखीही एक गोष्ट नक्की! रस्त्यात भेटलेला माणूस आणि मृत मनुष्य एक नव्हते. हे प्रेत आधीपासूनच घरात होते. त्याच्यासारखे कपडे केलेला, तशीच दाढी लावलेला, भुवया रंगविलेला तो माणूस वेगळाच होता!

आणि तुम्ही रस्त्यातून पळू लागताच तुम्हाला गच्च पकडणारा आणि नंतर गर्दीत मिसळून गेलेला – तो तोच असण्याची शक्यता आहे! अर्थात आता त्याचे कपडे वेगळे होते. दाढी काढून टाकणे सोपे होते!

एकूण तो माणूस आणि ही बाई यांचे हे कारस्थान! आपसांतील कारणासाठी, तिसऱ्या माणसाचा खून करण्याचे! चौथ्यावर आळ येईल, अशा बेताने!...

प्रश्न एवढाच, की हे सारे जरी तुम्हाला कळून चुकले असले तरी तुम्ही ते कुणालाही पटवून देऊ शकणार नाही. वस्तुस्थिती तुमच्याशिवाय फक्त त्या दोघांनाच ठाऊक आहे, आणि ती जाहीर होऊ न देण्यावर त्यांचे सारे आयुष्य अवलंबून आहे.

प्रत्यक्ष तुमची पत्नीसुद्धा तुम्हाला सहानुभूती दाखविणार नाही. एका सिंधी तरुणीला तुम्ही शंभर रुपयांच्या मोबदल्यात एका पलंग असलेल्या रिकाम्या खोलीत एकटेच घेऊन गेला होता, हे ऐकल्यानंतरही ती तुमचा शब्द खरा मानील का?...

अर्थात अजूनही तुम्ही एखादा चांगला वकील देऊ शकाल. तो विचार करून यात तुमच्या बाजूचा काही पुरावा शोधील; परंतु तुमच्या हकीकतीवर विश्वास ठेवणे प्रथम त्यालाही कठीण जाईल. दोन सारख्या कपड्यांतील माणसे, सुरी नुसती पाहण्यासाठी हाताळणे, घराचा पत्ता दाखविण्यासाठी कुलूप उघडण्यापर्यंत सारे करणे... छे छे! हे सारे कसे अगदी काल्पनिक, जुळविल्यासारखे वाटते, असेच तो म्हणेल. तरीही तुम्ही त्याचे अशील असल्यामुळे तो एक वेळ तुमचे सांगणे पटवून घेईल; पण कोर्ट त्यावर विश्वास ठेवील का?

तुम्ही गुन्हेगार आहोत याला पुष्टी देणारे असंख्य पुरावे आहेत. अनेक लोकांनी तुम्हाला या माणसावर सुरी उगारताना पाहिलेले आहे, ती स्त्री तुम्हाला बिलगलेली पाहिली आहे. तुम्ही तिच्याबरोबर इमारतीत शिरताना आणि नंतर खुनाच्या जागेपासून पळून जातानाही पाहिलेले आहे. या उलट, तुमचा यात काही संबंध नव्हता, याला

फक्त तुमच्या शब्दांशिवाय दुसरा काय पुरावा आहे? तो तर बापडा मेलाच आहे. भांडणानंतर खून करण्याइतका वेळ नव्हता, म्हणून खून आधी झाला होता, असे म्हणावे का? पण तुम्ही इमारतीत शिरल्यापासून बाहेर पडेपर्यंत मध्ये किती वेळ गेला? तिच्या गतीने तुम्ही चार जिने चढलात, मग तिचा पाय मुरगळला, तुम्ही थांबलात, मग ती अधिकच सावकाश जिने चढू लागली, मग चहाचा आग्रह, आभार, कुलपाशी खटपट, मग तिने तुम्हाला बोलावले, तुम्ही कुलूप उघडले, प्रेतापाशी काही क्षण थांबलात... छे छे! वेळाच्या मुद्द्यात काही अर्थ नाही.

सुरी तिच्याकडे दिली म्हणता? पण हे पाहिले कुणी? तुम्ही इमारतीच्या बाहेर असताना तिने ती घेतली नाहीच; आणि जिन्यात घेतली तेव्हासुद्धा तुम्हीच ती तिच्या पर्समध्ये ठेवलीत. म्हणजे तिच्यावर केवळ तुमच्याच बोटांचे ठसे उमटले. शेवटी तिने ती प्रेतात खुपसून ठेवली हे खरे; पण बऱ्याच तरुणींप्रमाणे तिच्याही हातात एका चिमुकल्या रुमालाची घडी होती. नंतरही ती त्याच रुमालाने डोळे टिपत नव्हती का?...

तुमच्या बाजूचा एखादा पुरावा सापडून तुम्ही सुटणे हा एक चमत्कारच मानावा लागेल. पण समजा, तो चमत्कार घडला आणि तुम्ही या आरोपातून सुटलात, तरी तुमच्यावर खुनाचा आरोप आला होता, हे कुणी विसरेल का? तुमची नोकरी तर जाईलच; पण तुमची पत्नी, मुले यांची काय स्थिती होईल? तुमचे समाजातले स्थान, तुमची आजवर सांभाळलेली पत... लक्षात घ्या! गुन्हेगार म्हणून सापडेपर्यंतच प्रत्येकजण संभावित असतो. आणि उद्या सकाळी वृत्तपत्रात ही बातमी येताच तुमचा संभावितपणा...

वृत्तपत्रांत बातमी? म्हणजे ज्या बातम्यांवर एरवी तुमचा विश्वासच बसत नाही अशा भडक, घाणेरड्या बातम्यांसारखी बातमी? असली कृत्ये करणाऱ्या ज्यांना एरवी तुम्ही 'नरराक्षस' म्हणता, त्यांच्या मालिकेत उद्या तुम्ही... तुम्ही स्वत:...

भयंकर! फार भयंकर!...

– इतके घाबरून जाण्याचे कारण नाही. असा प्रकार नुसता तुम्ही समजायचा आहे. रोज संध्याकाळी तुम्ही सुखरूप घरी येता. बायको-मुलांशी मजेत गप्पा मारता. गुन्हेगारीशी तुमचा कधी संबंधही येत नाही. वास्तविक आत्ता सांगितला तसा प्रकार हजारात का, लाखात एकाच्या वाट्यालाही येत नाही...

आपली एक शक्यता सांगितली, एवढेच.

■